வாழ்க்கை ஜன்னல்

சிறுகதை தொகுப்பு

ரமேஷ் லீலாசங்கர்

Made with ♥ on the Notion Press Platform
www.notionpress.com

எனக்குள் ஒளிந்திருந்த எழுத்தார்வத்தை எனக்கு அறிமுகப்படுத்திய எனது மானசீக குரு, ஆசான், இயக்குனர் திரு மகேந்திரன் அவர்களுக்கு இப்புத்தகம் சமர்ப்பணம்.

பொருளடக்கம்

நன்றி

- சிறுகதைப் போட்டியின் மூலம் என்னை எழுத்தாளன் ஆக்கிய பாஃப்டா நிறுவனர் திரு தனஞ்ஜெயன் அவர்களுக்கும், பாஃப்டா'வின் அனைத்து திரை ஆசான்களுக்கும் என்னுடைய மனமார்ந்த நன்றி.
- நான் எடுக்கும் எல்லா முயற்சிகளிலும் என் மேல் நம்பிக்கை வைத்து, தன்னம்பிக்கையையும் ஆதரவையும் அளித்து எனக்கு உறுதுணையாக இருக்கும் என் குடும்பத்தினர் அனைவருக்கும் மனமார்ந்த நன்றி.
- இந்த சிறுகதைகளை மெருகேற்ற உதவும், முதல் வாசக நண்பர்கள் கிருஷ்ணா புதியராஜ், பிரதீப் மற்றும்.அண்ணாமலை அவர்களுக்கு நன்றி.
- என்னுடைய முந்தைய புத்தகங்களான "ரிலே ரேஸ்" மற்றும் "டெவில் ஏன்ஜல்" கதைகளை படித்து/ விமர்சனம் செய்து. என்னை மேலும் எழுத உற்சாகப்படுத்தும் அனைத்து வாசக நண்பர்களுக்கும் கோடான கோடி நன்றி.
- இந்தப் புத்தகத்தை சிறப்பாக வெளியிடும் நோஷன் பிரஸ் பதிப்பகத்தாருக்கு மனமார்ந்த நன்றி

1

வாழ்க்கை ஜன்னல்

அந்த வீட்டின் அலமாரிகளில் - மாநில, தேசிய மற்றும் உலக அளவில் வாங்கிய விருதுகளும், பரிசுகளும் அலங்கரிக்க, சுவர் முழுவதும் திரை பிரபலங்களுடன் படங்களும், பக்கவாட்டில் உள்ள ஒரு சிறிய அறை- யில், வீட்டிற்குள்ளேயே ஒரு சிறு நூலகம் முழுவதும் புத்தகங்களுமாக, திரைப்பட இயக்குனர் ஜெகதீஷின் வீடு நீட்டாக, அழகாக தெரிந்தது.

வீட்டின் வாசலில் யாரோ காலிங் பெல் அடிக்கவே, ஒரு சன்னமான புல்லாங்குழல் ஓசை வீட்டினுள் ஒலித்தது. சில நிமிடங்கள் கழித்து, கதவு திறக்கப்படாமல் இருக்கவே, மீண்டும் புல்லாங்குழல் இசை ஒலித்- தது. மீண்டும் அமைதி. வாசலில் நின்றிருந்த அந்த நான்கு பேரும் ஒருவரை ஒருவர், குழப்பத்துடன் பார்த்து கொண்டனர்.

அடர்த்தியான தாடியுடன், கலைந்த முடியுடன், கையில் டைரியுடன், பார்த்த உடனே உதவி இயக்குனர் என்று சொல்லும்படியான தோற்றத்- தில் இருந்த இளமாறன், யோசனையுடன் கதவை தட்டினான். கதவு உள்பக்கம் தாளிடாமல், மழை ஒதத்தால் மட்டுமே டைட்டாக இருக்க, தட்டியவுடன் தானாக திறந்துகொண்டது.

"சார் இருக்கீங்களா?" என்று கேட்டுக்கொண்டே, மற்றுமொரு துணை இயக்குனர் ஜெய் உள்ளே வந்தான்.

"தலைவா! நம்ம படத்தால ஊரே அல்லோல பட்டுட்டு இருக்கு. தெரியுமா?" என்று கேட்டுக்கொண்டே இணை இயக்குனர் நவநீதன் வந்தான். உள்ளே வந்த நான்கு பேரில், இவன்தான் கொஞ்சம் வயசா- னவன். நடு மண்டையில் கொஞ்சம் சொட்டையெல்லாம் தெரிய ஆரம்-

பித்து, கொஞ்சம் திடகாத்திரமாகவும் இருந்தான்.

யாருடைய குரலுக்கும், வீட்டிலிருந்து எந்த பதிலும் வரவில்லை. பெட்ரூம், ரீடிங் ரூம் என்று எந்த ரூமிலும் ஆள் இல்லை. ஆனால் ரீடிங் ரூமில், ரூம் முழுவதும் பேப்பர்கள் பறந்து தரை முழுவதும் சிதறிக் கிடக்க, ஒரு அச்சமான, அசாதாரணமான சூழ்நிலை புரிந்தது.

ஆச்சர்யம் கலந்த கேள்விக் குறியுடன் அனைவரும் பரபரப்பாக தேட ஆரம்பிக்க, கடைசியில் பார்த்தால், பால்கனியின் வழியாக வெளியே வேடிக்கை பார்த்தபடி, இயக்குனர் ஜெகதீஷ் ஒரு பிளாஸ்டிக் சேரில் அமர்ந்திருந்தார்.

நவநீதன் "என்ன தலைவரே, இங்கே இப்படி அமைதியா உக்காந்-துட்டு இருக்கீங்க? பிரிமியர்க்கும் வரல, இன்னிக்கு ஃபர்ஸ்ட் ஷோக்-கும் வரல. ஆடியன்ஸ் கிட்ட என்ன ரெஸ்பான்ஸ் தெரியுமா? சான்சே இல்ல. வேற லெவல்"

ஜெய் "வழக்கம் போல, ரிவ்யூஸ் எல்லா சைடும் செம பாசிட்டிவ். எந்த கதையை எடுத்தாலும், நம்ம அளவுக்கு ரிசர்ச்சும், டிடெய்லிங்கும் வேற யாரும் பண்ண முடியாதுன்னு கிரிட்டிக்ஸ் எல்லாம் கூட சொல்லி இருக்காங்க சார்"

நால்வரில், சின்னப்பையனாக தெரிந்த அருண் முதல் முறையாக வாயைத் திறந்தான்.

"இந்த வருஷமும் நேஷனல் அவார்டு நம்ம படம்தான் அள்ள போகுதுன்னு போட்டு இருக்காங்க அண்ணா"

ஒட்டுமொத்தமாக இவர்கள் அனைவரும் குடுத்த உற்சாகம், கொஞ்-சமும் இயக்குனர் ஜெகதீஷ்க்கு போய் சேரவில்லை என்பதை கவனித்த இளமாறன்,

"என்ன ஆச்சு'ண்ணா? ஏன் ஒரு மாதிரி இருக்கீங்க?"

அவனது கேள்வியால், பால்கனிக்கு வெளியில் பார்த்துக்கொண்-டிருந்த இயக்குனரின் பார்வை, முதன்முறையாக திரும்பி இவர்களை பார்த்தது. அவரது பார்வையில் விரக்தி, அதிருப்தி, கவலை, வெறுப்பு என்று கலவையான பல விஷயங்கள் தெரிந்தன. உட்கார்ந்திருந்த சேரில் இருந்து எழுந்து, அமைதியாக திரும்ப வீட்டிற்குள் சென்றார். அனை-வரும் பின்தொடர்ந்தனர்.

கிச்சனுக்கு சென்று, ஃப்ரிட்ஜில் இருந்து குளிர்ந்த தண்ணீரை எடுத்-துக் குடித்தார். கொஞ்சம் அயர்ச்சியுடன் டைனிங் சேரில் உட்கார்ந்தவர்,

அனைவரையும் எதிரில் உட்கார சொல்லி சிக்னல் செய்தார்.

ஜெய் "ப்ரொட்யூசர நினைச்சுதான் கோவமா இருக்கீங்களா? நம்ம கேட்ட ஏரியாவை நமக்கு கொடுக்காம அவரே நேரடியா டிஸ்டிரிபியூட் பண்ணது ரொம்ப தப்பு தான். சக்சஸ் மீட்டுக்கு கூப்பிட்டு, அடுத்த படத்துக்கு அடி போடுவாருல்ல. அப்ப பார்த்துக்கலாம் சார்"

என்றதற்கு விஷயம் அது இல்லை என்பதுபோல மறுப்பாக தலையை ஆட்டிவிட்டு, ஒரு பெருமூச்சை மட்டும் வெளியேற்றினார்.

இளமாறன் "என்ன ஆச்சு'ண்ணா? இன்டர்வியூல ஏதாவது வில்லங்-கமா கேள்வி கேட்டு வெறுப்பேத்திட்டாங்களா?"

நவநீதன் "இல்ல அந்த ஹீரோ, தன்னாலதான் படம் ஓடுதுன்னு ஏதாவது வெத்து சீன் போட்டானா? அவனை.... (என்று பற்களை கடித்துக் கொண்டு) இத்தோட ஒரு வழி பண்ணிடறேன். நீங்க கவலைப்-படாதீங்க தலைவரே."

நிமிர்ந்து நவநீதனை, வெறுப்புடன் பார்த்தார் இயக்குனர்.

இளமாறன் "வேற என்னதான் அண்ணா பிரச்சனை? சொல்ல பிடிக்கல, கொஞ்ச நேரம் ஃப்ரீயா விடுங்க'டான்னு சொன்னா, எழுந்து போய்க்கிட்டே இருக்க போறோம்."

மீண்டும் ஒரு பெருமூச்சை வெளியேற்றிவிட்டு பேச ஆரம்பித்தார் இயக்குனர் "இல்ல. அடுத்த படத்த பத்தி தான் யோசிச்சுட்டு இருந்-தேன்"

நவநீதன் உடனே உற்சாகமாகி, "அதானே பார்த்தேன். சூப்பர் தலை-வரே. புலி எப்படா ரெஸ்ட் எடுத்து இருக்கு. அடுத்த வேட்டைக்கு ரெடி ஆகித் தானே ஆகணும்?"

மீண்டும் நிமிர்ந்து நவநீதனை மட்டும் வெறுப்பாக பார்க்கவே, தனது பில்டப் அவரை இன்றைக்கு மிகவும் கடுப்பாக்குகிறது என்று கொஞ்சம் லேட்டாக புரிந்து, அவன் அமைதியானான்.

இயக்குனர் "இந்த வாட்டி ஏதாவது வித்தியாசமா பண்ணனும் டா. முந்தின படங்களோட சம்பந்தமே இருக்கக் கூடாது."

ஜெய் "அதுக்குத்தான் நாம ஏற்கனவே கிரவுண்ட் வொர்க் பண்ணி அவ்வளவு ஸ்கிரிப்ட் ஐடியா ரெடியா இருக்கே சார். சோசியல் மீடியா-வோட அரசியல் இன்ஃப்ளுயென்ஸ், என்.ஜியோ'வும் மணி லாண்டரிங்-கும், அப்புறம்" என்று அவன் மேலும் யோசிக்க,

விட்ட இடத்திலிருந்து அருண் தொடர்ந்தான், "ஜாதி திமிருல ஆட்-டம் போட்ட அந்த எஸ் ஜெ ஸ்டேஷனோட கொளுத்தின சம்பவம். ஸ்கூல் பசங்க வாத்தியார குத்துன. சம்பவம். ஆணவக் கொலைகள் இப்படி ஸ்கிரிப்ட்கள் டிடெய்லா ரிசர்ச் பண்ணி ரெடியா இருக்கு அண்ணா."

இயக்குனர் எரிச்சலாகி எழுந்து கொண்டார், ஒரு பயங்கர டயர்-டான, வெறுப்பான முகத்துடன் எழுந்து குறுக்கும் நெடுக்கும் ஹாலில் நடக்க ஆரம்பித்தார்.

பின்பு சடாரென்று நாலு பேரையும் திரும்பிப் பார்த்து,

"சமூகத்தில் நடக்கிற தப்பான விஷயத்தை மட்டும் தான் நம்ம பெருசா வெளிச்சம்போட்டு காட்டணுமா? ஏன், நல்ல விஷயத்தை ரீசர்ச் பண்ணி, அத நல்லா ப்ரசண்ட் பண்ண முடியாதா?"

இளமாறனை தவிர, மற்ற மூவரும் அதிர்ச்சியும் குழப்பமும் கலந்த ரியாக்சனுடன் ஒருவரை ஒருவர் பார்த்துக் கொண்டனர். இளமாறன் மட்டும், ஒரு கேள்விக்குறியுடன் இயக்குனர் மேலும் பேசுவதற்காக காத்-திருந்தான்.

நவநீதன் "யாரும் பார்க்கமாட்டாங்க தலைவரே. இப்ப நாட்டுக்கு நல்லது பண்ற ஹீரோவை விட நெகட்டிவ் ரோல், கிரே ரோல், வில்லன், இவங்களை தான் எல்லாருக்கும் புடிக்குது. செக்ஸ் படங்கள் ஒரு ஆயு-தமா இருந்து வெளி உலகத்துல பாலியல் குற்றங்கள தடுக்குற மாதிரி, படங்கள்'ல வர்ற வயலன்ஸ பாத்து தங்களோட வெறுப்புகளைத் தனிச்-சுக்குறதால தானே மனுஷங்க இன்னும் மனுஷங்களா இருக்காங்க."

ஜெய் "நான் சொல்றேன்னு தப்பா எடுத்துக்காதீங்க சார். விஷுவல் மீடியால நல்ல விஷயங்களை ரசிக்கிறது. டிரெண்ட் ஆக்குறது'ன்ற காலம் எல்லாம் தாண்டி நம்ம ரொம்ப தூரம் டிராவல் பண்ணி வந்துட்-டோம். நேர்மையா படத்த விமர்சனம் பண்றவங்கள விட, படம் எடுக்கி-றவங்கள திட்டுற சேனலுக்கு தானே வாசகர்கள் அதிகமா இருக்காங்க."

இயக்குனர் ஒரு நீண்ட பெருமூச்சை வெளியேற்றினார். "அது உண்மை கிடையாது. மாயை! அந்த மாயையை உருவாக்குனதுல முக்-கிய பங்கு வகிக்கிறது நம்ம தான். அதை உடைச்சு மக்களுக்கு அவங்கள சுத்தி நடக்கிற நல்லதையும் காமிச்சு, அவங்களுக்குள்ள நல்ல எண்ணத்தையும் விதைக்க ஆரம்பிக்கணும் டா"

என்று நிறுத்திவிட்டு, இளமாறனை மட்டும் கண்களுக்குள் ஊடுரு-விப் பார்த்தார்.

"என்ன இளா. உன் பங்குக்கு நீ எதுவுமே சொல்லல?"

தொண்டையை செருமிக்கொண்ட இளமாறன், "தெரியல'ண்ணா. நீங்க பேசுறதே தயங்கி தயங்கித்தான் பேசுறீங்க. உங்களுக்கு ஒரு விஷ-யத்துல முழு நம்பிக்கை இருந்தா, அத நீங்க சொல்ற விதத்துல, மற்ற எல்லாருக்கும் ஆட்டோமேட்டிக்கா போய் சேரும்னு மட்டும்தான் இப்-போதைக்கு எனக்கு சொல்ல தோணுது."

இயக்குனர் "பேஃர் எனஃப். வேற மாதிரி சொல்ல பார்க்கிறேன். பாரு. இங்கே 90% மக்கள், நல்லதையே நினைச்ச மனசாட்சிக்கு விரோதமில்லாம நல்லதையே பண்ணனும்னு ஆசை படுறவங்க தான். ஆனால் அவர்களுக்கான சமுதாயப் பார்வையை, இங்கே இருக்கிற மீதி 10% ஹிட்லர்ஸ் தான் தீர்மானிக்குறாங்க. இந்த 90% மக்கள் தங்களுக்-குன்னு சொந்த கருத்துக்கள் இல்லாம மத்தவங்கள சார்ந்தே உலகத்த பார்க்கிறது தான் இங்கே பெரிய பிரச்சினை. அதே, பாசிட்டிவ் சைடுல அன்னா ஹசாரே ஒரு தனி ஆளா ஒரு நல்ல விஷயத்துக்காக எங்கோ ஒரு மூலையிலிருந்து எல்லாரையும் அவர் பக்கம் இழுக்கல? பெரிய பின்புலம் இல்லாத அவரால முடியும்னா, சினிமா மாதிரி ஒரு வலுவான ஆயுதத்தை கையில் வைச்சிருக்கிற நம்மால முடியாதா?"

அருண் "நீங்களே பாருங்க'ண்ணா. நல்லதுக்கு உங்களால ஒரே ஒரு எடுத்துக்காட்டு தான் கொடுக்க முடியுது. அதுவும் இல்லாம அண்ணா அசாரே'வ அப்படி பண்ண வெச்சதே அரசியல் நோக்கத்தொட தான் இப்ப சொல்லிட்டு இருக்காங்க. அப்படி சொல்றவங்களோட வீடியோவ தான் இப்ப நிறைய பேர் பாக்குறாங்க"

இயக்குனர் "இதுக்கு நகர்வலம் போன தர்மர் ஓட கதையை சொல்லி, இரண்டு சைடெ'யும் இப்ப யாருமே பேலன்ஸ் பண்ணாதது தான் காரணம். அப்படி பேலன்ஸ் பண்ற இயக்குனர்கள் எல்லாரையும், 'ரியலிஸ்டிக் சினிமா' எடுக்கிறோம்'னு நம்மதான் ஃபீல்ட் அவுட் பண்-ணிட்டோம். "

சுய கோபத்துல, அவரோட குரல் கொஞ்சம் கொஞ்சமா சத்தம் அதிகமாகிறத இளமாறன் அதிர்ச்சியாப் பாத்தான்.

"மக்களுக்கு திரையில் பார்க்கிற விஷயத்துக்கும், தங்களுக்கு சுற்றி இருக்கிற உலகத்துக்குமான வித்தியாசத்தை தரம் பிரிக்க தெரியல. வாழ்க்கையே சினிமா'ன்ற ஜன்னல் மூலமா தான் எல்லாரும் பாக்-குறாங்க, நம்பறாங்க. வரலாற்றுல ஒரு சாரார் பட்ட வலியை பதிவு பண்ண போனா, அத நிகழ்காலத்தில சம்பந்தப்படுத்தி நண்பர்களுக்கு நடுவிலேயே சண்டை போட்டுக்குறது, பிச்சை எடுக்கிறவங்களோட நெட்வொர்க்கை பத்தி படம் எடுத்தா, உடனே உதவி பண்ற குணத்தை அடியோட அழிச்சுடறது, செயின் ஸ்னாட்சிங் பற்றி நுணுக்கமா படம் எடுத்தா, உடனே ரோட்ல பாக்குற எல்லாரையும் சந்தேகப்படுறது, கம்ப்-ளைன்ட் பண்ண போனவனை போலீஸ் அடிச்சா மாதிரி படம் பார்த்தா, கூடப்பொறந்தவங்களுக்கு ஏதாவது ஆனா கூட போலீஸ் ஸ்டேஷன் பக்கம் போக யோசிக்கிறது"

என்று மேலும் மேலும் உணர்ச்சி மிகுந்த குரலில் பேசி, இயக்கு-னரின் தொண்டை அடைத்துக் கொள்ள, அருண் உடனே தண்ணீர் எடுத்து கொடுத்தான், அங்கே ஒரு பெரிய அமைதி நிலவியது. மற்ற மூவரும் இப்போது இளமாறனை பார்த்தார்கள்.

இளமாறன் "என்ன ஆச்சு'ண்ணா? ஸ்டோரி டிஸ்கஷன்ல கூட நான் உங்களை இவ்வளவு எமோஷனலா பார்த்ததே இல்லையே! நீங்க தானே, மக்களுக்கு எதை சொன்னாலும் அத டிடெய்லா சொல்லி அவங்களுக்கு விழிப்புணர்வு ஏற்படுத்துனும்னு சொல்லிட்டே இருப்பீங்க? எங்கேயோ பாதிக்கப்பட்ட 1% மக்களோட கதைய நம்ம சொன்னாலுமே, எல்லாருமே அந்த 1% ஆ நம்ம ஆயிட கூடாதுனு, ஜாக்கிரதை உணர்வ சேர்த்துக்கிறது இயல்புதானே'ண்ணா?"

இப்போது இயக்குனர் பயங்கர வெறுப்பாகி, உட்கார்ந்திருந்த சேரை வேகமாக பின்னால் தள்ளி விட்டு விட்டு, திரும்ப பால்கனிக்கு போய் நின்று கொண்டார்.

மீண்டும் ரூமில் அதே மயான அமைதி. அடுத்து என்ன என்பது போல் நால்வரும் ஒருவரை ஒருவர் பார்த்துக் கொள்ள,

அருண் "அப்ப சக்ஸஸ் பார்ட்டி கிடையாதா? ஃபர்ஸ்ட் வாட்டி ஸ்டேஜ் ஏறப் போறோம்னு ஆர்வமா வெயிட் பண்ணிட்டு இருந்தேன்."

படத்தின் வெற்றியை கொண்டாட ஆர்வமாக வந்தவர்கள் அனை-வரின் முகத்திலும் இப்போது வெறுப்பும் சோகமும் தவழ ஆரம்பித்தது.

சில நிமிடங்கள் அமைதிக்குப்பிறகு, இயக்குநர் திரும்பவும் ரூமிற்குள் வந்து, ஓரமாக கடந்த சேரை இழுத்துப்போட்டு அமர்ந்தார்.

"உங்க எல்லாரோட மூடையும் ஸ்பாயில் பண்ணதுக்கு ரொம்ப சாரி. அடுத்து டிஸ்கஷன்ல உட்காரும்போது, நம்ம எல்லாருமே ஒரே மைன்ட் செட்'ல இருக்கணும்னு தான் பேச ஆரம்பிச்சேன். எனக்கே தெரியாம எங்கயோ போயிட்டேன்."

நவநீதன் சிறிது தைரியம் வந்து, "இல்ல தலைவரே. வருஷக்க-ணக்கா நம்ம இவ்வளவு ஸ்க்ரிப்ட்ஸ ரிசர்ச் பண்ணி வெச்சிருக்கமே, அதான்.." என்று இழுந்தான்.

சொன்னதையே திரும்பத் திரும்ப சொல்ல வேண்டி இருக்கே என்று இயக்குநர் கொஞ்சம் எரிச்சலானார். திணிக்கப்பட்ட பொறுமையுடன், தீர்மானமான குரலில் அடுத்து பேசினார்.

"சாரி நவீன். சமூகத்துல ஒளிஞ்சு இருக்கிற நல்ல விஷயங்களை தேடி, அத ஸ்டில் நம்ம ஸ்டைல்'ல மக்களுக்கு பிடிச்சா மாதிரி சொல்ற வேலைய தான் அடுத்த கதைக்கு நம்ம இனிமே பண்ண போறோம். இதை பத்தி யோசிச்சு, கான்ஃபிடன்ஸ் வந்ததுக்கு அப்புறம் ஆபீஸ்க்கு டிஸ்கஷனுக்கு வாங்க. இப்ப எல்லாரும் கிளம்புங்க."

என்று சொல்லிவிட்டு, அவர் விருட்டென்று மீண்டும் பால்கனியில் இருந்த சேரில் சென்று அமர்ந்து விட, வேற வழியில்லாமல் எல்லோரும் எழுந்து கொண்டார்கள்.

லிஃப்டு வரை நால்வரும் ஒன்றும் பேசாமல் அமைதியாக நடந்து வர, ஏதோ யோசித்த இளமாறன்,

"நீங்க போங்க டா. நான் கொஞ்ச நேரம் கழிச்சு வரேன்." என்று மீண்டும் அவர் வீட்டை நோக்கி நடந்து போனான்.

லிஃப்டின் பட்டனை அழுக்கிய நவநீதன், அந்த ஃப்ளோரை விட்டு, லிஃப்ட் கீழ இறங்கும் வரை காத்திருந்து விட்டு பின்பு சொன்னான்.

"டேய், தலைவருக்கு என்னமோ ஆயிடுச்சு, அவரு சொல்ற மாதிரி எல்லாம் படம் எடுத்தா யாரு பார்க்கிறது? முதல்ல யாரு தயாரிக்க வரு-வாங்க?"

ஜெய் "சார் எதுலயோ ஆப்செட் ஆயிருக்காருன்னு நினைக்கிறேன். நைட்டு ஏத்த வேண்டியதை ஏத்தினாருன்னா, சரியாயிடுவாரு பாரு."

அருண் கொஞ்சம் கவலையான முகத்துடன் "எனக்கு என்னமோ டவுட்டாவே இருக்கு. என்னமோ சரியில்லை. இவர் கிட்ட அசிஸ்-டென்டா சேர்ந்ததால என்னோட வாழ்க்கை செட்டுல்லுன்னு எங்க அம்மா அப்பா சந்தோஷ பட்டு கிட்டு இருக்காங்க" என்று சோகமாக சொன்னான்.

இரண்டு வாரம் கழித்து

அதே வீட்டு ஹாலில் இயக்குனரும் இளமாறன் மட்டும் அமர்ந்திருக்கி-றார்கள்.

இயக்குனர் "எங்கடா? ரெண்டு நாளா மத்தவங்க எவனையும் காணோம்? இன்னும் நான் சொல்ற விஷயத்து மேல அவங்களுக்கு நம்-பிக்கை வரலையா?"

இளமாறன் கொஞ்சம் தயங்கிவிட்டு, இன்னும் தயக்கமான மிருது-வான குரலில், "அந்த என்ஜியோ கதையை நீங்க பண்ணலன்னு சொல்-லிட்டால், நம்ம நவநீதன் அதை தன் கதையா தயாரிப்பாளர் கிட்ட சொல்லி, படத்த ஓகே பண்ணிட்டாரு'ணா"

"சூப்பர் டா. அந்த கதைக்கு அவன் நிறைய ரிசர்ச் பண்ணி இருக்-கான். கண்டிப்பா நல்லா பண்ணுவான், இவனுங்க ரெண்டு பேரும் அவங்க கூட போய்ட்டாங்களா?" என்று இப்போது மெலிதாக புன்ன-கைத்தார்.

"வந்து'ண்ணா" என்று இளமாறன் மீண்டும் தயக்கமாக தொடர.

"ஏன் இந்த விஷயத்தை இவ்வளவு தயங்கி தயங்கி பேசுற, நம்ம பசங்க தனியா படம் பண்றாங்கன்னு அது எனக்கு ரொம்ப சந்தோஷம் தான். நீ முதல்ல நார்மலா பேசு."

"அது வந்து'ணா, அந்த ஸ்கிரிப்டும் சரி, தலைப்பும் சரி, உங்க பேர்ல தானே ரைட்டர்ஸ் யூனியன்ல ரெஜிஸ்டர் ஆயிருக்கு?"

"அதுக்கு என்ன டா. மாத்தி கொடுத்துடலாம். ஒன்னும் பிரச்சனை இல்ல. நம்ப தான் அதை எடுக்கப் போறதில்லைனு முடிவெடுத்துட்டமே. எனக்கு நிஜமாகவே ரொம்ப சந்தோஷம் தான் டா. எப்ப வேணா அவனை வந்து சைன் வாங்கிக்க சொல்லு." என்று சில நொடிகள் அமைதியாக இருந்துவிட்டு

"என்ன? இந்த விஷயத்தை அவனே நேர்ல வந்து சொல்லிருந்தா இன்னும் சந்தோஷப்பட்டிருப்பேன்"

"கரெக்டு தான்'ணா. நீங்க என்ன யோசிப்பீங்கன்னு தெரியாம தான் அவனுக்கு தயக்கமா இருந்திருக்கும்னு நினைக்கிறேன். சரி'ண்ணா, நம்ம ஆபிசுக்கு கிளம்பலாமா? அவனை நேரா அங்கேயே வந்துட சொல்றேன்"

"இல்ல டா. இங்கேயே வந்துர சொல்லு. நம்மளும் ஃப்ரீயா இங்-கேயே டிஸ்கஸ் பண்ணலாம், வைஃப்பும் பசங்களும் வரதுக்கு இன்னும் ஒரு வாரம் ஆகும்னு நினைக்கிறேன்"

என்றதும் அவரை தயக்கத்துடன் பார்த்தான் இளமாறன்.

"என்னடா அப்படி பார்க்கிற?"

"என்னை மட்டும் தயங்காம பேசுன்னு சொல்றீங்களே'ண்ணா. நீங்க மட்டும் உண்மையை பேசுறதுக்கு தயங்குறீங்க!"

என்றதும், அவனை கண்களுக்குள் ஊடுறுவி பார்த்து. பின்பு பெரு-மூச்சு விட்டுவிட்டு ஆரம்பித்தார் இயக்குனர்.

"ஆல் ரைட். நான் இனிமே என்ன மாதிரி படம் பண்ணப் போறேன்னு சொன்ன உடனே, அடுத்த படத்துக்கு ஓகே சொன்ன புரொடியூசர் கொஞ்சம் தயங்க ஆரம்பிச்சாரு. அப்படிப்பட்ட சூழ்நிலை-யில, அவரோட ஆபீஸ யூஸ் பண்றது தப்பு தானே? எனக்கும் ஒரு பிரேக் தேவைப்படுது. ஸ்கிரிப்ட்டை முடிச்சிட்டே வந்து பார்க்கிறேன்னு ஆபீஸ் சாவியை அவர்கிட்ட ஒப்படைச்சுட்டேன்"

என்றதும் தலையை குனிந்து கொண்டான் இளமாறன். அவனையே பார்த்துக்கொண்டு இருந்த இயக்குனர், பின்பு யோசனையுடன் சொன்-னார்.

"புரியுது பா. நானாவது, கொஞ்சம் இண்டஸ்ட்ரில புகழைப் பார்த்-துட்டேன். நீ வளர்ந்து வர வேண்டியவன். உன்னோட எதிர்காலத்தை யூஸ் பண்றது நியாயம் இல்லைனுதான் எனக்கும் தோணுது. நீ வேணும்னா நம்ம முடிச்சு வச்சிருக்கிற ஸ்கிரிப்டுல ஏதாவது ஒண்ணை எடுத்து தனியா பண்றியா? அதே ப்ரொடியூசர் கிட்ட நான் பேசுறேன்"

அதற்கும் அவனிடம் பதில் இல்லாமல் போகவே, குனிந்து அவனின் தலையை நிமிர்த்திய போது தான் அவன் கண்களில் கண்ணீர் தெரிந்-தது.

"உங்க நிலைமையை நினைச்சி தான் எனக்கு கஷ்டமா இருக்-குது'ணா. அதுக்காக, உங்கள தனியா விட்டுட்டு போகறத பத்தி நான் கனவுல கூட யோசிக்கல. அதுவும் ஒரு நல்ல விஷயத்தை நோக்கி நீங்க பயணம் பண்ணும் போது, அதுல கூட, நான் இல்லன்னா எப்படி? நீங்க தப்பா நினைச்சுக்கலேனா நான் ஒண்ணு சொல்லவா?"

"தாராளமா."

"இப்ப இந்த ஆந்தாலஜி படமெல்லாம் ட்ரெண்டிங்கில் வந்துட்டே இருக்கு. நம்ம தீம் என்னனு சொல்லி, திறமையான இன்னும் மூணு ஷாட் பிலிம் எடுக்கிறவங்களை இந்த ப்ராஜெக்ட்ல சேர்த்துக்கலாமா? படத்தை முடிக்க நம்ம பெரிய பட்ஜெட் தயாரிப்பாளரை தேடி அலை-யுணும்னு அவசியம் இல்லை. பிளாஸ், புதுசா வர்ற இயக்குனர்களுக்கு நல்ல எண்ணத்தை விதைச்சா மாதிரியும் ஆச்சு, உங்க கூட சேர்ந்து வொர்க் பண்ணும்'ன்ற அவங்க ஆசையை நிறைவேததுன மாத்துன மாதிரியும் ஆச்சு."

"வாவ். சூப்பர் ஐடியா. புது பசங்களோட, அடுத்த ஜெனரேஷன் ஓட, போட்டி போடுறதுலையும் ஒரு திரில் இருக்கும். நான் டபுள் ரெடி. இன் ஃபேக்ட், நீயும் ஒரு கதை பண்ணு. நம்ப ரெண்டு பேர் கதையை-யும் நானே தயாரிக்கிறேன்."

பயங்கர உற்சாகமாகி, எழுந்து அந்த பக்கம் போய், அவரோட மெடல்கள் எல்லாம் பாத்துட்டு. இன்னும் சந்தோஷத்தோட திரும்பிப் பாத்தாரு.

"வாவ். வாவ். நீ எதை நினைக்கிறாயோ, அதுவாகவே ஆகிறாய்.'. யோசிச்ச உடனே எல்லாமே நேரம் கூடி, சூப்பரா வருது இல்ல?"

"ஆமாண்ணா. கரெக்ட்" என்று சொன்னவனின் வாயில் இருந்த உற்சாகம், குரலில் இல்லை. மீண்டும் ஏதோ தயக்கம்.

"மிஸ்டர் தயக்கம் தணிகாசலம். தயவு செஞ்சு கேட்க வந்த கேள்-வியை சீக்கிரமா கேக்குறீங்களா. நமக்கு நிறைய, பெரிய வேலை எல்-லாம் இருக்கு"

என்று சொன்ன பிறகும், தயங்கிவிட்டு ஒரு வழியாக கேட்டான் இளமாறன்,

"இல்ல அண்ணா. நீங்க இப்படி மாறுனதுக்கு காரணம் என்னன்னு என் மண்டை வெடிக்குது. அண்ணியும் குழந்தைகளும், வேற ஒரு

வாரமா வீட்டுல காணோம். அடி மனசுல கொஞ்சம் பயமாவும் இருக்கு.
"

என்று சொன்னதும் சத்தமாக சிரிக்க ஆரம்பித்தார் இயக்குனர். பக்-
கமாக வந்து, அவன் தோள்களைத் தட்டி, அவன் பக்கத்தில் அமர்ந்-
தார்.

"உன்னோட கற்பனைத்திறன் இன்னும் உயிரோட இருக்குதுன்னு
ரொம்ப சந்தோஷம். ஆனா அந்த திறமையை வைச்சு, நீ இவ்வளவு
க்ளீஷாவா யோசிக்கிறது தான் சிரிப்பா இருக்கு. ஒன்னும் கவலைப்-
படாத, எல்லாரும் நல்லா தான் இருக்காங்க. கொஞ்ச நேரம் கழிச்சு
நானே போன் போட்டு தரேன். பேசு."

என்றதும் கொஞ்சம் நிம்மதி பெருமூச்சு விட்ட இளமாறன், "அப்ப
என்னதான் ஆச்சு'ண்ணா? எப்படி, இப்படி ஒரு திடீர் ஏமோஷனல்
மாற்றம்? சொல்ல விருப்பம் இல்லைன்னா சொல்ல வேணாம்!"

"ரொம்ப யோசிச்சு உன் மண்டையை உடைச்சுக்காத, நமக்கு ஏதா-
வது பிரச்சினை ஆனா தான், மனுஷன் மாறணுமா என்ன? நிஜ
வாழ்க்கையில நடக்கிற கேரக்டர் ஆர்க் எல்லாம், சினிமாத்தனமா
இருக்கிறது இல்ல."

என்று சொன்ன பிறகும், அவன் சமாதானம் ஆகாமல் ஒரு மாதிரி
தோராயமாக.யோசித்துக்கொண்டே நடந்து போனான். அவன் போவ-
தையே வெறுமையாக பார்த்துக் கொண்டிருந்த ஜெகதீஷ், தன்னுடைய
ஆறு வயது பொண்ணுடைய ஃபோட்டோ ஃபிரேமை நோக்கி போய்,
அதை கையில் எடுத்து பார்த்தார். பின்பு பக்கத்தில் இருந்த நியூஸ்
பேப்பரை எடுத்து.ஹெட்லைன்ஸில் இருந்த நியூஸை வெறிக்கப் பார்த்-
தார்.

"அமெரிக்காவின் டெக்ஸாஸ் மாகாணத்தின் ஆரம்ப பள்ளியில் துப்-
பாக்கி சூடு. 19 குழந்தைகள் மற்றும் இரண்டு ஆசிரியர்கள் பலி."

மீண்டும் குழந்தையின் போட்டோவையும், கீழே கிடந்த குழந்தைக-
ளின் டேப்லெட்டையும் வெறிக்க பார்த்துக்கொண்டே இருந்தார்.

"அப்பா. நேத்து பக்கத்து வீட்டு தினேஷிகக்கும் அண்ணாக்கும்
பயங்கர ஃபைட்டு. அண்ணா தான் பாவம். அவன் கிட்டயும் அடி.
அம்மா கிட்டயும் செம்ம அடி."

"அப்புடியா? அம்மா ஏன்டா அண்ணன்'ன அடிச்சாங்க?. அவன் தான் சண்டைக்கு காரணமா?"

"அது தெரியலப்பா. ஆனா தினேஷ் பாத்து 'ஏஆர்-15' வெச்சு உங்க மொத்த குடும்பத்தையும் காலி பண்ணிடுறேன்னு அண்ணன் சொன்னான் பா. அதுக்கு தான் செம அடி"

10 வயது மகன் 'ஏஆர்-15'ன்னு சொல்றது கொஞ்சம் ஷாக்கா இருந்தாலும், எல்லாம் இந்த வீடியோ கேம் பண்ற எஃபெக்ட்'னு யோசிச்சுக்கிட்டு, பசங்களோட டேப்லட் எடுத்து என்னலாம் கேம் இன்ஸ்டால் ஆயிருக்குனு பாத்தேன். பெருசா ஒன்னும் இல்ல. யூடியூப் ஹிஸ்டரி எடுத்து பாத்தா, அதுலயும் பெருசா ஒன்னும் இல்ல. கொஞ்சம் கேஷுவல் ஆகி,

"நீதான் சூப்பர் ஏஞ்சல் ஆச்சேடா செல்லம். அடுத்த தடவ அவங்க ரெண்டு பேரும் சண்டை போட்டா, நீ நடுவுல போய் தடுத்துரு. ஓகே வா?"

அவள் இப்போது கோபத்துடன் என்னை பார்த்து. "என்னப்பா நீ லூசு மாதிரி பேசுற. இந்த "'ஏஆர்-15' வெச்சி சுடும்போது, நடுவுல புல்-லட் லோட் பண்ற அளவுக்கு கூட தேவை இருக்காது. செத்தா மாதிரி நடிச்சா மட்டும் தான் பொழைக்க முடியும்'னு, நீதான் உன்னோட படத்-துல காட்டுனே. என்ன மட்டும் போய் தடுக்க சொல்ற?"

குழந்தை கேட்ட கேள்வி, ஜன்னல் வழியாக வந்த காற்றுடன் சேர்ந்து முகத்தில் கோரமாக அறைந்தது. மெலிதான நடுக்கத்துடன், பசங்களோட டேப்லெட்டை மறுபடி எடுத்து பாத்தேன்.

நான் பயந்த மாதிரியே. நம்ம படத்தோட பரீ-ரிலீஸ் இன்டர்வ்யூ'ல இருந்து தான் 'ஏஆர்-15' பத்தி பசங்க படிக்க ஆரம்பிச்சிருக்காங்க. குடும்பத்த பிரிவ்யூ ஷோக்கு கூட்டிட்டு போனதும் இப்ப ஞாபகத்துக்கு வருது. படத்துல இன்னும் தெளிவா புட்டு புட்டு டிடேய்ல் வேற பண்ணி வச்சுருக்கோம். யோசிக்க யோசிக்க உடம்பெல்லாம் குளிர ஆரம்பிச்சது. நடுக்குத்தோட டேப்லெட்டை கீழே வச்சேன்.

"அப்புறம் பா. உன் படத்துல பயங்கரமா சுட்டுகிட்டு ஒரு அண்ணன் வராரே. அவரு எங்க ஸ்கூல்'க்கும் வந்து எங்களையும் சுட்டுருவாரா? எனக்கு ஸ்கூல்க்கு போக கொஞ்சம் பயமாவே இருக்குப்பா."

குளிரிலும் உடம்பெல்லாம் வியர்த்து. அவளுக்கு சொல்வதற்கு பதி-லற்றுப்போன இயலாமையை மறைக்க, சேரிலிருந்து எழுந்து அவளுக்கு முதுகு காண்பித்துக் நின்று கொண்டேன்.

"செத்தா மாதிரி நடிச்சா விட்டுருவாங்களா? சொல்லு பா. என்னப்பா எழுந்துட்டே? சொல்லு பா. படத்துல அந்த அண்ணா சுட்டுட்டே இருக்-காரே? தப்பிக்க வேற என்ன பண்றதுன்னு நீ சொல்லவே இல்லையே பா?"

அமைதியாக ரீடிங் ரூம் க்கு வந்து கதவை சாத்த, இன்னமும் குழந்-தையின் குரல் வெளியிலிருந்து கேட்டது.

"நம்மளும் ஸ்கூல்க்கு கஃன் எடுத்துட்டு போனாத்தான் தப்பிக்க முடியும்'னு அண்ணா சொல்றான் பா. அப்படியா பா? சொல்லு பா. ஏன்பா ரூம்'குள்ள போய் கதவு வேற சாத்திக்கிட்ட? என் கூட பேச புடிக்கலையா உனக்கு?"

என் மேலயே எனக்கு பயங்கரமாக கோபமும், எரிச்சலும் அதிகமாக, ரீடிங் ரூமில் இருந்த ஃபௌண்ட் ஸ்க்ரிப்ட்கள் என்னை பார்த்து கேலியாக சிரிக்க ஆரம்பித்தன. "ஓஓ……" என்று பயங்கர ஓலச் சத்தத்துடன், ரூமில் இருந்த எல்லா ஸ்க்ரிப்ட் பேப்பர்களையும், புத்தகங்களையும் நார் நாராக கிழித்து தூக்கி போட்ட………… நினைவுகளில் இருந்து கொஞ்-சம் கொஞ்சமாக மீண்டு வந்து, மீண்டும் குழந்தையின் ஃபோட்டோவை பார்த்தார் இயக்குனர் ஜெகதீஷ்.

ஒரு பெருமூச்சுடன் ஃபோட்டோவை கீழே வைத்து விட்டு, ரைட்டிங் ஃபேட்டை எடுத்துக் கொண்டு தீர்மானத்துடன் எழுத உட்கார்ந்தார்.

2

இறைவனாய் தந்த இறைவியே

வினித்

2 நிமிஷம் பேசணும்னு, சவிதா கிட்ட பர்மிஷன் கேட்டு ஒரு வாரம் ஆச்சு.

ஒவ்வொரு வாட்டியும் ஒவ்வொரு காரணம்! கேக்க கேக்க எரிச்சலும் கோவமும் தான் ஜாஸ்தியாச்சு.

"சாரி பா. குழந்தை தூங்கும் போது தான் நானும் ரெஸ்ட் எடுக்க முடியுது. பயங்கரமா தூக்கம் சொக்குது. நாளைக்கு பேசலாமா? ப்ளீஸ்."

அந்த 2 நிமிஷத்துக்காக, நாள் பூரா ஏங்கி தவிக்கிற என்னோட நிலைமை அவளுக்கு ஏன் புரிய மாட்டேங்குது?

"பாப்பாவுக்கு தடுப்பூசி போட்டு பயங்கர ஃபீவர். 105 டிகிரி காட்டுது. தூக்கிட்டே நடந்தா மட்டும் தான் தூங்குறா."

அப்ப நான்? நான் தூக்கம் வராம தவிக்கிறத பத்தி அவளுக்கு கவலையே இல்லையா?

"தொட்டில்ல போடுற பங்க்ஷன் பத்தி அம்மா அப்பா கிட்ட பேசிட்டு இருக்கேன். நீயும் வந்து உட்காரேன்"

ரொம்ப முக்கியம்' னு அவளுக்கு மட்டும் கேட்கிற மாதிரி ரகசியமா முணுமுணுத்துட்டு, ரூமுக்குள்ள வந்து கதவை ஓங்கி சாத்துனேன்.

அப்படி என்ன பெருசா கேட்டுட்டேன்? அவ மடில படுத்து, அவ ஏன் தலையைக் கோதி, நெத்தியில முத்தம் குடுத்து,"ஒன்னும் கவலைப்-படாததடா கண்ணா. எவ்ரிதிங் வில் பி ஆல்ரைட்" னு சொல்ற ஒரு அம்மாவோட அரவணைப்பைத் தானே, அவள பார்த்த நாள்ல இருந்து அவ கிட்ட எதிர்பாக்குறேன்.

இதுக்குத்தான் முதல்லயே சொன்னேன்.

"எப்பவுமே எனக்கு நீ. உனக்கு நான்'னு இருந்துடலாம் பா. நமக்கு நடுவுல குழந்தை எல்லாம் வேணாம். கல்யாணத்துக்கு முன்னாடியே நான் கருத்தடை பண்ணிக்கிறேன்"னு.

சொன்னதைக் கேட்டாளா அவ?

ரெண்டு நிமிஷம் பேசுறதுக்கு கூட, அவ ஒவ்வொரு வாட்டியும் வேற வேற காரணம் சொல்ல, நான் பயந்த மாதிரியே அவ என்ன விட்டு கொஞ்சம் கொஞ்சமா விலகி, தூரமா போயிட்டு இருக்காளோன்னு உடம்பெல்லாம் நடுங்க ஆரம்பிச்சுது.

இப்பவும், கதவ அரைஞ்சு சாத்துனது, நான் கோபமா இருக்கேன்னு அவளுக்கு தெரியுபடுத்த தான்.

அதனால, எப்படியும் இன்னிக்கி என்கிட்ட பேச வந்துருவா'னு நப்-பாசையோட கதவோரத்தில ரகசியமா எட்டி பாத்து காத்துட்டு இருந்-தேன்.

இந்த மாதிரி வெயிட் பண்ண பண்ண, பயம் ஜாஸ்தி ஆகி, அடி வயித்துல ஏதோ பெருசா வெடிக்க தயாராகிட்டே இருக்குற மாதிரி இருந்துச்சு.

தாய்ப் பாசத்துக்காக ஏங்கிட்டே, என்னோட வாழ்க்கை முடிஞ்சி போயிருக்கும்.

நடுவுல தேவதை மாதிரி வந்து, மூச்சுத்திணற்ற அளவுக்கு பாசத்த பொழிஞ்சுட்டு, இப்ப கொஞ்சம் கொஞ்சமா உருவி, திரும்ப எடுத்துக்கி-றேன்னு சொன்னா எப்படி?

சவிதா

வினி கூட ஒரு வாரமா டைம் ஸ்பென்ட் பண்ண முடியாம போனது, எனக்கும் கஷ்டமா தான் இருந்துச்சு.

இவன தான் கல்யாணம் பண்ணிக்க போறேன்னு சொன்னப்ப, இவனோட அதீத பொசசிவ்னஸ் அப்பாவுக்குத்தான் முதல்ல புரிஞ்சுது. கொஞ்சம் மிரண்டுதான் போயிட்டாரு.

அவரை சமாதானப்படுத்தறதுக்குள்ள தான் போதும் போதும்னு ஆயிடுச்சு.

"இம்ப்ரெஸ் பண்றதுக்காக, பொண்ணுங்கள கைல வச்சு தாங்குறா மாதிரி பசங்க ஆரம்பத்துல நடிப்பாங்க. ஆனா கடைசி காலத்துலயும் என்னை கண்டிப்பா கைல வச்சி தாங்க போறவன் தான் பா வினித். அப்படி ஒருத்தன் என் வாழ்க்கையில சந்திச்சத்துக்கு, நான் தான் பா ரொம்ப குடுத்து வச்சிருக்கணும்."

"இல்லம்மா. நான் என்ன சொல்ல வர்றேன்னா!"

"புரியுதுப்பா. இப்பத்திக்கு பிரச்சினை மாதிரி தான் தெரியும். ஆனா, பாசத்துக்காக ஏங்கற அவனுக்கு, சுத்தியும் பாசத்த பொழியிற மக்கள்'ள உருவாக்கிட்டா? நாளடைவுல அவனோட பொசசிவ்னஸ் கம்மி ஆயிடும் பா. நான் பாதுக்குறேன். நீங்க ஒன்னும் கவலைப்படாதீங்க." னு சொன்-னப்புறமும், கொஞ்சம் கவலையோட தான், கல்யாணத்துக்கு ஒத்துகிட்-டாரு.

கடந்த ரெண்டு வருஷத்துல, வினி கொஞ்சம் கொஞ்சமா சோசியலா மாறுனதுல அப்பா கொஞ்சம் சமாதானம் ஆனாரு.

கொழந்த பொறந்ததுல இருந்து தான், அவனுக்கு திரும்பவும் ஏக்கம் ஜாஸ்தி ஆயிடுச்சு.

இரண்டாவது குழந்தை பிறந்த உடனே, முதல் குழந்தை பாசத்துக்-காக ஏங்குறது இல்லையா? அதே மாதிரி தான் வினி'யும் பிஹேவ் பண்-றான்.

ஒக்காந்து பேசினா, நாளடைவில கொஞ்சம் கொஞ்சமா சரியாகத்-தான் போகுது.

வர்ற ஞாயித்துக் கிழமை எப்படியாவது அவனுக்கு டைம் உருவாக்கி பேசிடணும்.

வினித்

ஒருவழியா சவிதா கிட்ட பேசுனதுக்கு அப்புறம்தான், மனசு தெளிவாச்சு. என் கையை இருக்கமா புடிச்சு கூட்டிட்டு போய், குழந்தையோட தொட்டிலுக்கு பக்கத்துல உக்கார வச்சிட்டு, அவ தூரமா போய் நின்னு-கிட்டா.

முதல் முறையா கொழந்தைய உன்னிப்பா கவனிச்சேன், கால பலமா எட்டி உதைச்சிக்கிட்டு, இங்க ஒரு ஆள் இருக்கேன்றத கூட கவனிக்-காம, தலைகீழ எக்கி, கழுத்து வலிக்க தன் அம்மாவ தேட ஆரம்பிச்சது அது.

கொஞ்சம் தயக்கத்தோட, என்னோட ஒரு விரலால குழந்தையோட விரல்களை தடவி கொடுத்தேன். டப்புனு அந்த ஒரு விரலை இறுக்கமா புடிச்சுகிச்சு குழந்தை. சவிதா கொஞ்சம் முன்னாடி சொன்னது தான் ஞாபகம் வந்துச்சு.

"உன்னோட ஏக்கத்தை புரிஞ்சுகிட்டு, கடவுள் தான் உனக்கு இன்-னொரு அம்மாவா, இந்த தேவதையை அனுப்பி வச்சிருக்கார் வினி. என்ன விட, உன் மேல எவ்வளவு பாசத்த அவ பொழியப் போறான்னு நீ பார்க்க தான போற"

இன்னமும் என்னோட விரலை இறுக்கமா புடிச்சுட்டு இருந்த குழந்தை, இப்பதான் தலைய கீழ இறக்கி என்ன முதல்முறைய கவனிச்சது. பொக்க வாயோட லைட்டா சிரிக்க ஆரம்பிச்சு, திடீர்னு உற்சாகம் பொங்க கைய தட்டுற மாதிரி ரெண்டு கையையும் பலமா ஆட்டி சத்தமா சிரிக்க ஆரம்பிச்சது.

எனக்கு உடம்பு பூரா சில்லுனு ஆயிடுச்சு. அடுத்து குழந்தை பண்-றது எல்லாத்தையும் நான் ஆர்வமா கவனிக்க ஆரம்பிச்சு, எவ்ளோ நேரம் போச்சுன்னே தெரியல.

என்னோட தலைய மென்மையா கோதி விட்டப்புறந்தான், சவிதா அவ்வளவையும் கவனிச்சிட்டு இருந்திருக்கான்ற ஞாபகமே எனக்கு வந்-துது.

குனிஞ்சு என் நெத்தியில அவ முத்தம் கொடுக்க, வெள்ளம் போல கண்ணுல கண்ணீர் பெருக ஆரம்பிச்சது. நின்னுட்டு இருந்த அவளோட காலை இருக்க பிடிச்சிக்கிட்டு, தேம்பி தேம்பி அழ ஆரம்பிச்சேன்.

எவ்வளவு நாள்? எவ்வளவு நாள்?! ஏங்கி இருக்கிறேன்! இந்த பாசத்துக்காக!

பீச்ல பசங்களுக்கு ஐஸ்க்ரீம் ஊட்டி விடுற அம்மா, நான் வீட்டு வேலைக்கு போன இடத்துல உடம்பு முடியாத பையன பாத்து துடிச்சு போற அம்மா, பையன போலீஸ் ஸ்டேஷனுக்கு கூட்டிட்டு போயிட்டாங்-கன்னு போலீஸ் கிட்டயே சண்டை போடுற அம்மா, இப்படி எங்களை சுத்தி பாச மழையை பொழியிற எவ்வளவு நல்லா அம்மாக்கள்.

எல்லாத்தையும் என் கூடயே ஏக்கமா பாத்த ஆஸ்ரம ஃப்ரெண்ட் முத்து.

"இந்த ஜென்மத்துல நமக்கு இந்த கொடுப்பன எல்லாம் இல்லடா. சீக்கிரமா செத்துப்போய், அடுத்த ஜென்மத்துலயாவது கூடவே வச்சுக்கப் போற அம்மா கிட்ட போய் பொறக்கணும்."

அவன் சொன்னதையே விதின்னு ஒத்துக்கிட்டு வாழ்ந்துட்டு இருந்-தப்ப தான், சவிதா வாழ்க்கையில வந்தா.

ஆசிரமத்துல இருந்து வெளியே போய் காலேஜ் வாழ்க்கை.

பர்த்டே பார்ட்டில கேக் ஊட்டி விடறது, அவங்க எல்லாருக்குமே வாழ்க்கையில ரொம்ப சகஜமான விஷயம்.

ஆனா எனக்கு?

என்னோட பர்த் சர்டிபிகேட்ல இருக்கிறது நிஜமான பிறந்தநாள் இல்ல, ஆஸ்ரமத்துல கணக்குக்காக சேர்த்ததுன்னு சொல்லியும், பிரெண்ட்ஸ் மத்தியில என்ன விட்டுக் கொடுக்காம, எனக்கு வாழ்க்கை-யில முதல் முறையா கேக் வெட்டி கொண்டாடினா சவிதா!

அந்த கேக்'க எனக்கு அவ ஊட்டி விட்டப்ப, மத்தவங்கள மாதிரி அதை ஒரு சாதாரண விஷயமா என்னால கடந்து போகவும் முடியல.

ஆப்போசிட் செக்ஸ்க்கான ஈர்ப்பையும் அது தூண்டல.

எவ்வளவு நாள்? எவ்வளவு நாள்?! ஏங்கி இருக்கிறேன்! இந்த தாய்ப் பாசத்துக்காக!

கேக் ஊட்டுன அவளோட கையை பிடிச்சுக்கிட்டு தேம்பி தேம்பி அழுத என்னை, சுத்தி இருந்த எல்லாருமே வினோதமா பார்க்க, சவிதா மட்டும் இழுத்து அரவணைச்சுக்கிட்டா.

சவிதா

அவ்வளவுதான். மேட்டர் சால்வ்ட். வினி'யை குழந்தை கூட கனெக்ட் பண்ணி விட்டதுல, எல்லா பிரச்சினையும் தானா சால்வ் ஆயிடுச்சு.

என்ன?! தேம்பி அழ ஆரம்பிச்ச அவனை சமாதானம் பண்ண தான் ரொம்ப லேட் ஆயிடுச்சு.

கடைசியா எப்ப இதே மாதிரி அழுதான் அவன்? முதல் முதல்ல கேக் ஊட்டி விட்டப்ப.

அப்புறம்....அப்புறம்....?!

கையில வச்சு தாங்குற அவனோட பாசத்தை பார்த்து நான் நெகிழ்ந்து போய், அவனுக்கு ப்ரொபோஸ் பண்ணப்ப!!

ஆமா. அன்னிக்குத்தான் கடைசியா இதே மாதிரி ஃபீல் பண்ணான் வினி.

லவ்வுக்கு ஓகே சொல்லுவான்னு பார்த்தா, கொஞ்ச நேரம் அமை-தியா தலை குனிஞ்சிட்டே இருந்தான்.

ஒருவழியா நிமிர்ந்து பாத்தவன், என்னை கண்ணுக்குள்ள ஊடுருவிப் பாத்து எதையோ தேடுனான்.

அப்புறம் ஒண்ணுமே சொல்லாம முகத்த வேற பக்கம் திருப்பிக்கிட்டு, திரும்பவும் அமைதி ஆயிட்டான்.

அவன ஃபோர்ஸ் பண்ணி பேச வைக்க வேணாம்னு நானும் அமை-தியா வெய்ட் பண்ணேன்.

கொஞ்ச நேரம் கழிச்சு திடீர்னு திரும்பி, "ஒரே ஒரு தடவ உன்னை அம்மான்னு கூப்பிட்டுக்கவா? ப்ளீஸ்" னு கண்ணுல தேங்கி நிக்கிற கண்ணீரோடு கேட்டான்.

நான் ஒரு மாதிரி ஆச்சரியமாகி, ஓகே ன்னு தலையாட்டுனேன். ஓடி வந்து என் மடியில படுத்துகிட்டு,

"அம்மா... அம்மா... இது.. இது போதும் மா. இந்த மடியிலேயே படுத்து அப்படியே உயிர் விட்டுடனும் மா. அவ்வளவு தான் மா எனக்கு வேணும். வேற எதுவும் வேணாம். வேற எதுவுமே வேணாம்" னு கதறி அழ ஆரம்பிச்ச அவனை, நான் கீழ குனிஞ்ச இன்னும் இறுக்-கமா அணைச்சுக்கிட்டேன். என்னையும் அறியாம, நானும் அன்னைக்கு ரொம்ப நேரம் தொடர்ந்து அழுதுட்டு இருந்தேன்.

கல்யாணத்துக்கு மறுத்து பேசின அவனை, மனைவிக்கு உள்ளேயும் தாய்மை இருக்குன்னு புரிய வச்சு, கல்யாணம் பண்ணி, இப்ப குழந்தையோட உலகத்துக்கு உள்ளேயும், அவனைக் கூட்டிட்டு போயாச்சு. ரொம்பவும் மனசு நிறைவா இருக்கு.

அவனுக்கும், குழந்தைக்குமான பாண்டிங் ஸ்ட்ராங் ஆனதுல எனக்கு ரொம்ப ரொம்ப சந்தோஷம்.

தினமும் ஆபீஸ்ல இருந்து வந்த உடனே, அவனோட சத்தங்களை வச்சே குழந்தை அவனை தேட ஆரம்பிச்சா.

அவனோட ஷூ சத்தம், வண்டி சத்தம், அவனோட போன் ரிங்க்-டோன் எல்லாமே அவளுக்கு தனியா தெரிஞ்சது.

அவனும் குளிச்சிட்டு வந்து அவ பக்கத்துலயே ஒக்காந்தா'ன்னா, அவளுக்காக பாட்டு பாடறது, அவ கைல பலூன் கட்டி அவள விளை-யாட விடுறது'ன்னு ஒரே அமர்க்களம் தான்,

நைட்டு சாப்பிடுறதுக்கு கூட அவனை வலுக்கட்டாயமா இழுத்துட்டு வந்தா தான் உண்டு.

சின்ன குழந்தையா, அவ மோஷன் போறதுக்கு கஷ்டப்படும்போது, அவளுக்கு வயித்துல, முதுகுல எல்லாம் தடவி கொடுத்து, "ஒன்னும் இல்லடா கண்ணா. அவ்வளவுதான் முடிஞ்சிருச்சு. அவ்வளவுதான்" ன்னு கண்ணீரோட குழந்தையோட வலிய தன் வலியா நினைச்சு அவன் தவிக்குறத பார்த்து எனக்கும் கண்ணுல தண்ணி வந்துடுச்சு.

அதே மாதிரி தான், குழந்தை கவுந்து படுக்க குழந்தை முயற்சி பண்ணி, முடியாம அழும்போது எல்லாம், இவனும் கூட சேர்ந்து அழுது. அடாடா! பாசத்த மட்டும் காட்ட ஆரம்பிச்சுட்டான்னா, வினி ஒரு அரக்கன் தான்.

கொஞ்சம் கொஞ்சமா அவ மழலை மொழியில பேச ஆரம்பிக்க, அத ரெக்கார்ட் பண்ணி ஒவ்வொரு நாளும் போன்ல புது ரிங்டோனா, பாக்குறவங்க எல்லாருக்கும் போட்டு காமிச்சு, அதையே திரும்பத் திரும்ப கேட்டு, ஒரே உற்சாக மழையில நனைஞ்சான் வினி.

குழந்தையை குளிப்பாட்டுறது உட்பட, நிறைய விஷயங்களை அவனே பண்ண ஆரம்பிக்க, எனக்கு நல்ல தைரியம் வந்து, ஒன்பதா-வது மாசமே வேலைக்கு கொஞ்சம் கொஞ்சமா திரும்பி போக ஆரம்-பிச்சேன்.

வினித்

"எதுக்குப்பா குழந்தையை பாத்துக்குறதுக்கு ஒரு தனி ஆளு? நீ வேணும்னா இன்னும் ஒரு ஆறு மாசம் மெட்டனிட்டி பிரேக்கை எக்ஸ்-டெண்ட் பண்ணிட்டு, அப்புறம் ஜாயின் பண்ணேன்"

"இல்ல வினி. எந்த பீல்டுலையுமே நாலேட்ஜ் அப்கிரேட் பண்ண-லன்னா, அப்புறம் எல்லாமே வேஸ்ட்டா போயிடும். ஒரு ஒத்தாசைக்கு தான் ஆள் போட்டுக்கிறமே தவிர, நான் புல்லாவே வீட்ல இருந்து தான் வேலை செய்யப் போறேன், குழந்தை கூடவே தான் இருக்க போறேன். அதனால பெருசா கவலைப்படாத,"

குழந்தை, நான், சவிதா மட்டுமே இருக்கிற உலகம் எனக்கு ரொம்ப புடிச்சி இருந்தது. நடுவுல வேற யாரையும் விட்டு, அவங்க பாசத்தை ஷேர் பண்ணிக்க எனக்கு சுத்தமா இஷ்டம் இல்லை. அப்படி ஆயிடு-மோன்ற பயத்தை இவ ஏன் புரிஞ்சுக்க மாட்றான்னு தெரியல.

"என்னவோ பா. எனக்கு மனசு கேட்க மாட்டேங்குது. நீ வேலை பார்த்துகிட்டே, குழந்தையை பாத்துக்குறது கஷ்டம் தான். ஆனா ஒன்ஸ் வேலைக்கு போக ஆரம்பிச்சிட்டேனா, பழையபடி உன் ஸ்ட்ரெஸ் லெவல் ஜாஸ்தி ஆயிடும், அது உனக்கும் நல்லது இல்ல, குழந்தைக்கும் நல்லது இல்ல."

"எக்ஸாக்ட்லி. அதனாலதான் பகல்ல மட்டும் வீட்டுக்கு ஒரு ஆள் வச்சுக்கிறது ரொம்ப உதவியா இருக்கும்."

எனக்கு வேற எப்படி அவள கன்வின்ஸ் பண்றதுன்னு தெரியல. ஆனா அவ திரும்ப வேலைக்கு போனா, பழையபடி பிஸி ஆயி-டுவா'ன்னு நினைச்சாவே கடுப்பாதான் இருந்துது.

"நான் வேணும்னா வேலையை ரிசைன் பண்ணிடவா? ஆறு மாசம் கழிச்சு, வீட்ல இருந்து வேலை செய்ற மாதிரி ஜாப் தேடுறேன். அது-வரைக்கும் உன்னையும் குழந்தையும் பத்திரமா பாத்துக்குறேன். என்ன சொல்ற?"

என்றதற்கு என்னை முறைத்தாள்.

"நடக்கிற கதையா பேசு வினி." என்று என்னை உதாசீனப்படுத்தி அவளது முடிவை என் மேல் திணிச்சது, எனக்கு சுத்தமா பிடிக்கலை.

ஏதாவது தப்பா நடக்க போகுதுன்னா, என்னோட உன் மனசு ஏதோ ஒரு விதத்துல அதை செய்ய விடாம, என்னை முன்னாடியே அலர்ட்

பண்ணும். சவிதா எடுத்த இந்த முடிவும் அப்படிப்பட்ட ஒண்ணு தான்.

கொஞ்சம் கொஞ்சமா அவளுக்கு ப்ரோமோஷன் எல்லாம் வந்து வொர்க் ஸ்ட்ரெஸ் அதிகமாச்சு. நைட்டு எல்லாம் ஆபீஸ் கால்.

நைட்டு குழந்தையை பாத்துக்குறேன்னு, சவிதாவோட அம்மாவும் வீட்டில அப்பப்ப டேரா போட ஆரம்பிச்சாங்க.

குழந்தை அவங்க அம்மா கிட்டயும், வேலைக்கார அம்மாகிட்டயும் பயங்கரமா ஒட்ட ஆரம்பிச்சது. என்கிட்ட இருந்து அப்படியே விலக ஆரம்பிச்சது.

அதுவும் இந்த வேலைக்கார அம்மா, என்ன மாய மந்திரம் போட்-டாங்கன்னு தெரியல. அவங்க வீட்டில இருந்தா, குழந்தை வேற யார்-கிட்டயும் வர்றதே இல்ல.

அப்படியும் தோதா சூழ்நிலை அமைஞ்சு குழந்தை என்கிட்ட விளையாடுறபப, லைட்டா சிணுங்கினா, உடனே வந்து அவங்க தூக்-கிக்கிட்டாங்க.

இதெல்லாம் சவிதா கிட்ட பேசி சரி பண்ணிடலாம்னு பார்த்தா, எங்கே அவகிட்ட நிம்மதியா பேச முடியுது?

ஆபீஸ் போன் காலுக்கு நடுவுல மியூட் பண்ணிட்டு வந்து, 'சொல்லு பா. என்ன விஷயம்?" னு கேக்குறா. இதெல்லாம் அப்படி பேசக்கூடிய விஷயமா என்ன? அவளுக்கு சுத்தமா புரியல.

எவ்வளவு டென்ஷனான நாளா இருந்தாலும், ஆபீசுல இருந்து திரும்பி வரும்போது குழந்தை எனக்காக வாசல்ல காத்துட்டு இருக்கிறத பார்க்கிறதுக்கும் அவ்வளவு சந்தோஷமா இருக்கும். குழந்தை கூட விளையாடிட்டு, பாட்டு பாடிட்டே தூங்குற அந்த சந்தோஷமும் கொஞ்-சம் கொஞ்சமா காணாம போச்சு.

இது எல்லாத்துனாலயும், அந்த வேலைக்கார அம்மாவ எனக்கு சுத்-தமா பிடிக்காம போயிடுச்சு. அவங்கள பார்த்தாவே எரிஞ்சு விழ ஆரம்-பிச்சேன், அப்படியாவது கடுப்பாகி வேலைய விட்டு போறாங்களான்னு பார்த்தா, ம்ஹூம். அசையுற மாதிரியே தெரியல.

இந்த பக்கம், பொண்ணோட உடம்ப தேத்துறேன்னு சவிதாவோட அம்மா வேற பயங்கர டார்ச்சர். சவிதா கூடவும் தனியா பேச விடாம, அவளோட மடியில் படுத்து மனக்குமுறல புலம்ப முடியாம, வாழ்க்கையே நரக வேதனையா ஆச்சு. தலையே வெடிக்கிற மாதிரி இருந்துச்சு.

இது தற்காலிகம் தான், பொறுமையா இருந்து ஒரு பக்கம் மனசு சொல்லுச்சு. ஆனா மனசு எதை நினைக்க கூடாதுன்னு, இவ்ளோ நாள் வைராக்கியமா இருந்தேனோ - அந்த கசக்குற பழைய நினைவுகள் மனசு பூரா ஆக்கிரமிக்க ஆரம்பிச்சுது.

ஆசிரமத்துல என்ன போட்டு அடிச்ச அந்த வார்டன், "டேய் தொம்ம. நீ.வாழ்க்கைல கடைசி வரைக்கும் அனாதை தாண்டா."

நினைச்சு நினைச்சு, தினமும் அழுத நாட்கள். "அம்மா. நீ எங்கம்மா இருக்க? ஏம்மா என்ன இப்படி தனியா விட்டுட்டு போன? என்னை எப்படியாவது இங்கிருந்து கூட்டிட்டு போயிடும்மா"

சவிதாவோட புன்னகை முகம் திரும்பவும் ஞாபகத்துக்கு வர, எனக்கு கோபமும் வெறியும் தான் ஜாஸ்தியாச்சு.

"ஆமா. நான் கடைசி வரைக்கும் அனாதை தான். அனாதை தான்." னு கத்திக்கிட்டே பக்கத்துல இருக்குற கண்ணாடி அலமாறிய குத்தி உடைச்சத்துல கையெல்லாம் ரத்தம்.

சவிதா

வீடியோ கால் முடிச்சதுக்கு அப்புறம்தான், குழந்தை ரொம்ப நேரமா அழுவுறா'ன்னு புரிஞ்சுது.

"வசந்தா மா. குழந்தை ரொம்ப நேரமா அழுவுறா. என்னன்னு பாக்கலையா?"ன்னு கேட்டுட்டே வெளியே வந்து பார்த்தா,

கைல வழியிற ரத்தத்தோட வினித்!!

அவன் கைல குழந்தை!! பயந்துபோன முகத்தோட சத்தமா அழுதுட்டு இருந்துச்சு.

கதவோரமா நின்னுட்டு என்ன பண்றதுன்னு தெரியாம முழிச்சிட்டு இருந்த வேலைக்கார அம்மா வசந்தா!!

வினித் வேலைக்கார அம்மாவை மூர்க்கமா முறைச்சிட்டு இருந்தான். வெளியில வந்த என்ன, முதல்ல அவன் கவனிக்கவே இல்ல, கவனிச்சதுக்கு அப்புறம் நக்கலா கேட்டான்.

"ஏன்? நாங்க எல்லாம் குழந்தைய பாத்துக்க மாட்டோமா மேடம்? எல்லாத்துக்கும் அவங்களையே கூப்பிடுற.?"

"சரி அத விடு. கையில என்ன ரத்தம்? இரு பாண்டேஜ் எடுத்துட்டு வரேன்."

மெடிசன் பாக்ஸும் அவனுக்கு பின்னாடி இருந்த அலமாரியில் இருக்கவே, பேசிகிட்டே அவன நோக்கி போனேன்.

"அங்கேயே நில்லு" னு கத்திட்டு, மெடிசன் பாக்ஸ் இருந்த அலமாரிய முட்டியிலேயே குத்தி உடைச்சான்.

"ஒரு மாசமா இருக்கேனா, சாப்டேனான்னு கேக்கல. இப்ப என்ன திடீர்னு பாசம்? என்னை பாத்துக்க எனக்கு நல்லா தெரியும். நீ அங்-கேயே நில்லு."

என்னை பாத்து பேசிகிட்டே, உடைஞ்ச கண்ணாடிக்குள்ள கைய விட்டு, கட்டு போடற அந்த பெரிய ரோலை எடுத்தான்.

அவன் இப்ப என்ன மூடுல இருக்கான்னு தெளிவா புரிஞ்சுது. குழந்-தையை மேல மேல அழ விடுறத பாத்தா எனக்கு அவன் மேல முதல்ல கோவமும் எரிச்சலும் தான் வந்தது. நானும் எகுறுனா இப்ப பிரச்சனை பெருசா தான் ஆகும்.

வேலைக்கார அம்மாவை திரும்பி பார்த்தேன்.

"நான் பாத்துக்கறேன். நீங்க போய் கிச்சன்ல வேற ஏதாவது வேலை இருந்தா பாருங்க." ன்னு சொன்னதும், அவங்க தயங்கிட்டே உள்ள போனாங்க.

" குழந்தைய கூட்டிட்டு ரூமுக்குள்ள வா வினி. பேசலாம்." னு சொல்லிட்டு நான் ரூம் நோக்கி நடந்தேன். திரும்பி பாத்தா அவன் அதே எடத்துல உட்காந்துட்டு இருந்தான்.

குழந்தை இன்னும் பயங்கரமா வீரிட்டு அழ ஆரம்பிச்சு இருந்தது. அவன் ரெகுலரா பாடுற பாட்டு எல்லாம் பாடி குழந்தைய சமாதானம் பண்ண முயற்சி பண்ணிட்டு இருந்தான்.

குழந்தை அழுகையை நிறுத்த முடியாம போக, வழக்கமா பாடுற பாட்டு எல்லாத்தையும் வெறித்தனமா பாட ஆரம்பிச்சான்.

பாக்குறதுக்கு ரொம்ப வித்தியாசமா தெரிஞ்சான்.

கொஞ்சம் பயமாவும் இருந்தது.

"குழந்தையை நான் கொஞ்சம் சமாதானம் பண்ணிட்டு உன்கிட்ட திரும்ப கொடுக்கவா?" ன்னு மெதுவா பேசிகிட்டே அவன் பக்கத்துல போனேன்.

திடுதிப்புன்னு சேர்ல இருந்து எழுந்துக்கிட்டான். குழந்தையை இறுக்கமா புடிச்சுகிட்டு,

"இனிமே இவதான் எனக்கு எல்லாமே'ன்னு நீதான சொன்ன. அப்புறம் நீயே பிடுங்க பாக்குற? அவளை எப்படி சமாதானப்படுத்துறது'ன்னு எனக்கு தெரியும்."

நான் அவனை நோக்கி அடிமேல் அடி வைக்க, அவனும் கொஞ்சம் கொஞ்சமா என்னை விட்டு தூரமா நடந்துட்டே பேசினான். குழந்தையோட கைக்குள்ள தன்னோட ஒரு விரலை அவனே நுழைச்சிக்கிட்டு,

"இந்தா பேபி. டைட்டா புடி. டைட்டா புடி"னு திரும்ப மூர்க்கத்தனமா குழந்தையை சமாதானம் பண்ண ட்ரை பண்ணான். எனக்கு வயித்துல புளியைக் கரைக்க, நான் அமைதியா நின்னேன்.

ஆனா அவன் தொடர்ந்து பால்கனி டோரையும் திறந்து கிட்டு வெளியே போனான். குழந்தை இன்னும் பயங்கர சத்தத்தோட அழ ஆரம்பிச்சது. அடுத்து பயத்துல விக்க ஆரம்பிச்சுது. நான் கதவோரமா நின்னு, எட்டி மட்டும் பார்த்தேன்.

"ஏன் நீயும் நான் சொல்றத கேட்கவே மாட்டேங்குற? ஏன் என் கூடவே இருக்க மாட்டேங்குற?"னு குழந்தை கிட்ட கத்திட்டு இருந்தான்.

நான் பால்கனி வாசல்ல உள்ள நுழைய, அவன் குழந்தையோட இன்னும் சுவர் ஓரத்துக்கு போனான்.

"வினி. ஏன் இவ்வளவு டென்ஷனா இருக்க? காம் டவுன் ஃபர்ஸ்ட். பேபி கிட்ட உனக்கு தான் எப்பவும் ஃபர்ஸ்ட் பிரெஃப்ரன்ஸ். அதை யாராலயும் மாத்த முடியாது. நீ கொஞ்சம் அமைதியா குழந்தையை சமாதானப்படுத்த ஆரம்பிச்சேன்னா, அவ உன்கிட்ட பழையபடி விளையாட ஆரம்பிச்சிடுவா. கமான். டேக் ஏ டீப் பிரெத்."

அவனோட மனநிலைக்கு ஏத்தா மாதிரி நான் பேச பேச அவன் கிட்ட கொஞ்சம் மாறுதல் தெரிஞ்சது. நான் இன்னும் ஹஸ்கியான குரல்ல, தொடர்ந்து பேச ஆரம்பிச்சேன்.

"பாரு, நீ காம் ஆக ஆரம்பிச்ச உடனே, பேபியும் கொஞ்சம் கொஞ்சமா அழுகைய நிறுத்த ஆரம்பிச்சிட்டா பாரு. அவ்ளோதான். எல்லா பிரச்சனையும் ஓவர். சப்ப மேட்டர். நீயே எப்படி ஈசியா டீல் பண்ணிட்ட பாரு."

அவன் கொஞ்சமாக அமைதியாகி, குனிஞ்சு குழந்தையை கவனித்-தான். குழந்தை கொஞ்சமாக விக்கிக்கொண்டு, அவனை ஆர்வமாக பார்த்தது.

"வினி. என் செல்லம் இல்ல. குழந்தையை ஒரு நிமிஷம் குடுக்-கிறியா? பசியினாலயும் பாப்பா அழுவுறான்னு நினைக்கிறேன். பால் கொடுத்துட்டு திரும்ப உன்கிட்டயே கொடுக்குறேன். ஓகே வா." னு சொல்லிட்டு குழந்தையை வாங்குறதற்காக கையை நீட்ட,

கொஞ்சம் யோசிச்சுட்டு, குழந்தையை என்கிட்ட கொடுக்க வந்த-வன், திடீர்னு திரும்ப அவன் நெஞ்சோட அணைச்சுக்கிட்டான். தலைய லைட்டா ஆட்டிக்கிட்டே.

"இல்ல. இல்ல. முத்து சொன்னது தான் கரெக்ட். இந்த ஜென்மத்துல எனக்கு அம்மா கிடைக்கப் போறது இல்ல. நீ போயிட்டு, அடுத்த ஜென்மத்துலயாவது நல்ல அம்மாவா திரும்பி வா" னு டக்குனு பால்கனி வழியா குழந்தைய வெளியே தூக்கி வீசிட்டான்.

ஒரு நொடியில, என்ன நடந்துச்சுன்னு புரியறதுக்குள்ள எல்லாம் நடந்துருச்சு. நான் அப்படியே அதிர்ச்சியில உரைஞ்சு போயிட்டேன்.

அவன் தான் பால்கனி வழியா கீழே எட்டிப் பார்த்து, ஓலம் விடுற குரல்ல கோரமா அழ ஆரம்பிச்சான்.

மேலும் அதிர்ச்சியாகி, நான் அப்படியே கீழே சரிஞ்சேன். அங்க இருந்த ஈசி சேர்ல தல பலமா முட்டனதுக்கு அப்புறமும், எனக்கு உணர்ச்சியே தெரியல.

கிச்சனுக்குள்ள இருந்து ஓடி வந்த வேலைக்கார அம்மா, பால்கனி வழியா எட்டி பாத்துட்டு, அவளும் நெஞ்சில அடிச்சுக்கிட்டு அழ ஆரம்பிச்சா.

கொஞ்சம் கொஞ்சமா அப்பார்ட்மென்ட் ஜனங்கள் வீட்டுக்குள்ள வர, ஆம்புலன்ஸ் சத்தம், எல்லாமே யாருக்கோ நடக்கிற கனவு மாதிரி எனக்கு கலங்கல் ஆயிட்டே போய், கடைசியா எனக்கு முழுசா இருட்டு ஆயிடுச்சு.

மூன்று மாசத்திற்கு பின்

"மேடம். நான் சொல்றது கேக்குதா? மேடம்"

திருதிருன்னு முழிச்சு, சுத்தியும் பார்த்தேன்.

கோர்ட் வளாகம். எதிர்ல, குற்றவாளி கூண்டுல வினித்.

பார்வையாளர் பகுதியில் உட்கார்ந்து இருந்த அப்பா அம்மாவை திரும்பிப் பார்த்தேன்.

அம்மாவோட குரல், "நீ இருக்கிற மனநிலைமையில சாட்சி சொல்ல வர முடியாதுன்னு பல தடவை சொல்லிட்டோம். நீதான் ஒரே நேரடி சாட்சியின்'றதால கூப்பிட்டுகிட்டே இருக்காங்க. போய் மனசுக்கு தோன்றத சொல்லிட்டு வந்துரு மா"

நிமிர்ந்து வினித்தை பார்த்தேன். தலை குனிந்தபடி சிலை போல நின்னான். என்ன நிமிர்ந்து கூட பாக்கல.

கடந்த மூணு மாசமா, நான் அனுபவிச்ச நரக வேதனையில, இன்னமும் கோவம் தான் மேலோங்கி இருந்துச்சு.

மயக்கம் தெளிஞ்சப்புறம், கை வலிக்க வலிக்க நான் வினித்த போட்டு அடிக்க, வேலைக்கார அம்மா நடந்ததை விவரிக்க, போலீஸ் வந்து அவனை புடிக்குறதுக்குள்ள, மத்தவங்களும் அவனை அடிச்சு துவைச்சிட்டாங்க.

எவ்வளவு வற்புறுத்தியும், ரெண்டு நாள் கழிச்சு மன்னிப்பு கேட்க வந்த வினித்தை பார்க்கவே எனக்கு பிடிக்கல. அப்பாவும் அவனை உள்ளேயே விடல.

அப்பாவோட தோட்டத்திலேயே குழந்தையை புதைச்சோம்.

ரூமுக்குள்ளேயே அடங்கி, அழுது அழுது கண்ணெல்லாம் வீங்கி, மாச கணக்குல வெளி உலகத்த பாக்காம அப்படியே கிடந்தேன்.

"ஜூலை 29ஆம் தேதி, உங்களுக்கும் உங்க கணவருக்கும் என்ன வாக்குவாதம்?. அதுக்கப்புறம் என்ன நடந்துச்சுன்னு, கொஞ்சம் விவரமா சொல்றீங்களா?"

என்னோட எண்ண ஓட்டத்தை, திரும்பவும் டிஸ்டர்ப் பண்ண வக்-கீலை நிமிர்ந்து பார்த்தேன்.

எந்த பதிலும் சொல்ல தோணல.

"உங்க வீட்டுக்காரர் தான் உங்க குழந்தையை கொன்னுட்டாருன்னு போலீஸ்ல வழக்கு பதிவு செஞ்சிருக்காங்க. அவரா, அவருக்கு எந்த வக்கீலூம் ஏற்பாடு பண்ணிக்கல. கோர்ட் தான் உங்க கணவருக்கு வக்-கீலா என்னை நியமிச்சு இருக்காங்க. இந்த வழக்குல உங்களோட சாட்சி தான் ரொம்ப முக்கியமானது. அதனால கொஞ்சம் தயவு செஞ்சு என்ன நடந்துச்சுன்னு விவரமா சொல்றீங்களா?"

நான் அவர வெறுமையா பார்த்தேன். குழந்தை முகம் மன முன்-
னாடி வந்து துக்கம் தொண்டையில் அடைக்க, பேச தோணல.

"இங்க பாருமா. உன்னோட நிலைமையில இருந்து உன்ன
தொல்லை பண்றது தப்புன்னு எனக்கும் புரியுது. ஆனா உன் புருஷனை
கேட்டாலும், எந்த பதிலையும் சொல்லாம அமைதியாக இருக்காரு. நீ
கொஞ்சம் நடந்த விவரமா சொன்னா, அடுத்து என்ன பண்றதுன்னு
இந்த கோர்ட் முடிவு பண்ண முடியும். இல்லன்னா, இருக்கிற மத்த
சாட்சிகளை வச்சு உன் கணவர் தான் குற்றவாளின்னு தீர்ப்பு ஆயிடும்"

நான் சைடுல திரும்பி என்னையே ஆர்வமா பாத்துட்டு இருந்த
அப்பா அம்மாவ பார்த்தேன்.

அமைதியா தலை குனிஞ்சு, பொறுமையா பேச ஆரம்பிச்சேன்.

"குழந்தையை வளர்க்கிறது பத்தி எங்க ரெண்டு பேருக்கும் நடுவுல
வாக்குவாதம் நடந்துச்சு. அதனால, அவரு கையில இருந்த குழந்-
தையை நான் பிடுங்க பார்த்தேன். இரண்டு பேரும் மாத்தி மாத்தி
இழுக்க, குழந்தை கைத்தவறி மாடியில இருந்து கீழே விழுந்துருச்சு."

சொன்ன பதிலால, அந்த வக்கீல் முதல்ல ஆச்சரியம் ஆனார்.
சுதாரிச்சுக்கிட்டு, திரும்ப கேட்டார்.

"சோ. இது ஒரு விபத்து தான்'னு நீங்க ஒத்துக்கிறீங்களா?"

"ஆமா"

கோர்ட்டில் இப்போது சலசலப்பு கேட்டுது. என்னோட அப்பா எழுந்து
என்கிட்ட வர பார்க்க, போலீஸ் அவரை தடுத்தாங்க. நானும் அவரை
பாக்குறத தவிர்த்தேன்.

வக்கீல் திரும்பவும் விடாம, "அப்ப சம்பவம் நடந்த, அடுத்த நாள்
உங்க கணவரை போட்டு ஏன் அப்படி அடிச்சீங்க?"

"வாக்குவாதத்த ஆரம்பிச்சதால அவரு மேல கோபம். குழந்தை
இறந்துடுச்சுன்னு, என் மேலேயே எனக்கு கோபம் வேற. சேர்த்து வச்சு,
அவரு மேல ஏறிட்டேன்."

"தட்ஸ் ஆல் யுவர் ஆனர்" னு அந்த வக்கீல் முடிச்சுகிட்டாரு.

அடுத்து கேட்ட பப்ளிக் ப்ராசிகியூட்ட்'ருக்கும் அதே பதில சொல்-
லிட்டு, நான் கூண்ட விட்டு இறங்கினேன்.

வினித்தை திரும்பி கூட பாக்காம, கோர்ட்டை விட்டு வெளியே
நடக்க ஆரம்பிச்சேன். வாசல் தாண்டி ஒதுக்குப்புறமா வந்ததுக்கப்புறம்,
அடக்கி வச்சிருந்த அழுகை எல்லாம் பீறிட்டு சத்தமா வெளி வர

ஆரம்பிச்சது.

☙

கோர்ட் வாசல்ல இருந்த அந்த மரத்தடியில் அம்மா, அப்பா மற்றும் நான்.

அம்மா என்னோட தலையை மென்மையா வருடி கொடுத்துட்டு, அமைதியா இருந்தாங்க.

"உலக மகா சைக்கோ மா அவன். எதுக்கு மா அவன தண்-டனை'யிலிருந்து தப்பிக்க விட்ட? அட்லீஸ்ட், சைக்கோனு ப்ரூவ் பண்ணி, மெண்டல் ஹாஸ்பிடல்லுக்கு அனுப்பி இருக்கணும் மா அவனை"

நான் பெருமூச்சு விட்டுட்டு, அவரையும் அதே வெறுமையோடு பாத்தேன் "எது அவனுக்கு தண்டனை'ன்றது தாம்பா கேள்வி? இந்த தப்புக்கு மெண்டல் ஹாஸ்பிடல்ல இல்ல ஜெயில்'ல அவன் அனுபவிக்க போறதா? இல்ல ஒரு பிஞ்சு குழந்தைய கொன்னுட்டமேன்னு வாழ்க்கை பூரா வருத்தப்பட போறதா?"

அப்பா அமைதியாக இருந்தார்.

"அப்படி குழந்தைய நினைச்சு வருத்தப்படுறவனுக்கு, ஒரு தாயால மட்டும்தான் அவனோட பொசசிவ்னஸ் தப்புன்னு புரிய வைக்க முடியும். என்ன? துரதிருஷ்ட வசமா அவன் விஷயத்துல அந்த தாயாவும் நானே இருக்க வேண்டி இருக்கு, இன்னொரு சந்தர்ப்பம் கொடுத்து, ஒரு தாயாவே அவனுக்கு தகப்பனோட அருமையையும், புரிய வைக்க வேண்டி இருக்கு."

என் பதிலில் எரிச்சலாகி அவர் வேறு பக்கம் திரும்பி கொண்டார். இன்னமும் தலையை வருடிக் கொண்டே இருந்த அம்மா,

"என்னமோ மா. இந்த சைக்கோவை போய் திருத்துறேன்னு, உன் வாழ்க்கையையும் அழிச்சிக்கிட்டு, எனக்கும் இது எதுவுமே பிடிக்கல மா"

"இது அவனுக்கு ஒரு அக்னி பரீட்சை தான். அதுல ஜெயிச்சு அவன் என்கிட்ட திரும்ப வரத்துக்கு என்னிக்குமே ஒரு ஜெயில் கம்பி தடையா இருந்திட கூடாதுமா. அவ்வளவு தான் நான் சொல்றது. திருந்தி வந்தா வரட்டும். இல்ல குற்ற உணர்ச்சியிலேயே சாகட்டும்"

தீர்மானமா சொன்ன என்னை, ரெண்டு பேருமே ஆச்சரியமா பார்த்-தாங்க. நான் அமைதியா எழுந்து காரை நோக்கி நடக்க ஆரம்பிச்சேன்.

3

சேலஞ்ச் எஃப்.எம்

காலையில இந்த மாதிரி தன்னம்பிக்கை தர பாடல்களை எஃப்.எம்'ல் கேட்டுட்டே அந்த நாளை ஆரம்பிக்கிறது எவ்வளவு சூப்பரா இருக்கு?

ஜாக்கிங் முடித்து, முதல் மாடியில் இருந்த வீட்டின் படிகளில் ஏறி- னேன்.

காதில் மாட்டிய இயர் போன்'சை தாண்டி, வீட்டிற்கு வெளியே வரை இரைச்சலாக ஒலித்த அந்த பக்தி பாடல் ஏனோ எரிச்சலைக் கிளப்- பியது. ஆனால் பாலாவோ, அதை ரசித்துக்கொண்டே, ஸ்டாண்டில் வைக்கப்பட்டிருந்த சாமி படங்களை நோக்கி கண்களை மூடிக்கொண்டு பிரார்த்தித்துக் கொண்டிருந்தான்.

பாட்டை நிறுத்திவிட்டு, அதே நொடியில் துண்டுடன் நின்றிருந்த அவனை, பின்னாலிருந்து தள்ளி விட்டுவிட்டு, பாத்ரூமிற்குள் ஓடினேன்.

எரிச்சலான பாலாவின் குரல் வெளியில் கேட்டது.

"உனக்கு நம்பிக்கை இல்லன்றதுக்காக மத்தவங்களோட நம்பிக்கையை இன்சல்ட் பண்றது ரொம்ப ஓவர்'டா."

"அவ்வளவு இரைச்சலா இருக்குற பாட்டை, இன்னும் எவ்வளவு சத்தமா வெப்ப நீ?"

"இப்படி ஒரு ஆத்மார்த்தமான பாட்டை கேவலமாகப் பேசுறது ரொம்ப தப்பு டா. உனக்கு எரிச்சலா தோண்றதனால மட்டும், அது நல்ல இசை இல்லைன்னு ஆகிடாது!"

"இதையெல்லாம் இசை வகையறால முதல்ல சேர்க்கவே கூடாது. தெய்வ குத்தம் ஆயிடும். ஹா ஹா ஹா ஹா" சத்தமாக சிரித்தேன்.

அந்த பக்கம் பதிலே இல்லை. குளித்துவிட்டு வெளியே வந்த போது, ஒருவழியாக பூஜையை முடித்துவிட்டு, கிளம்பி டையை கட்டிக் கொண்டிருந்தான் பாலா. அமைதியாக முறைத்து மட்டும் பார்த்தான். எதுவும் சொல்லவில்லை.

"கோச்சிக்காத டா டேய். நீயும் எல்லாரும் நல்லா இருக்கனும்னு தான் தினமும் வேண்டிக்கிற. அட்லீஸ்ட் உன்னையாவது காப்பத்துறாரா உங்க கடவுள்? இன்னமும் உன்னை ஒரு நல்ல வேலைக்காக ஓட விட்டுட்டே தானே இருக்கார்?"

பதில் சொல்ல விருப்பமில்லை என்பது மாதிரியான முக ரியாக்ஷனை குடுத்துவிட்டு, ஷூவை மாட்ட ஆரம்பித்தான். அவனைப் பார்த்து நான் நக்கலாக சிரிக்க ஆரம்பிக்கவே,

"கடவுள் நம்ம பிரச்சினைகளை சரி பண்ணிட்டே இருந்தா தான் கடவுள் மேல நாம நம்பிக்கை வெக்கணுமா? ஏன் — நம்ம மேல கடவுளுக்கு நம்பிக்கை இருக்கிறதுனால தான் அந்த பிரச்சினைகள நமக்கு குடுக்குறாருன்னு எடுத்துக்க கூடாதா?" என்று ஏதோ சமாளித்தான்.

பிரெட்டை டோஸ்ட் பண்ணிக்கொண்டே பதில் குரல் கொடுத்தேன்.

"அப்பிடி ஒத்துகோ. உன்னோட வெற்றிக்கும் தோல்விக்கும் நீ மட்டும் தான் என்னிக்கும் காரணம். வானத்தில இருந்து யாரும் வந்து உனக்கு ஹெல்ப் பண்ண மாட்டாங்கன்னு."

"முயற்சி என்னிக்கும் நம்மோடது தான். அதை நான் என்னைக்கும் மறுக்கல. ஆனா எல்லாத்தையும் வழி நடத்துறதுக்கு, சரியான நேரத்துல உதவி பண்றதுக்கு, காப்பாத்துறதுக்கு நமக்கெல்லாம் மேலே ஒரு சக்தி கண்டிப்பா இருக்கு. அந்த சக்தியை குறைச்சு மதிப்பிடாத.

அவ்வளவுதான் நான் சொல்ல வரது."

"அப்படி இருந்தா ஏன் உலகத்தில இவ்வளவு அநியாயம் நடக்குது? மழையில தெரியாம எதாவது பெரிய பள்ளத்தில நாம வண்டியை விட்-டுட்டா, நமக்கு முதலுதவி பண்ணிட்டு உடனே என்ன பண்றோம்? ஒரு ஃபாரிகேட் போட்டு வேற யாரும் தற்செயலா கூட அதுல விழாம பாத்-துக்குறதில்ல? அப்ப எந்த விஷயம் எப்ப நடக்கனும்னு தீர்மானிக்கிற, நீ சொல்ற அந்த சக்தி நம்ம அளவுக்கு கூட ஏன் யோசிக்கிறது இல்ல? எல்லா தப்பு'களையும் வேடிக்கை மட்டும் பார்த்துட்டு, அலோ பண்-ணிட்டு இருக்குது?"

"ரூட் காஸ் அனாலிஸிஸ், பிரேவெண்டிவ் ஆக்சன், இதெல்லாம் பண்றதுக்கு இது ஒண்ணும் கார்ப்ரேட் வேலை கிடையாது. அத்தனை கோடி மக்களோட வாழ்க்கையை, அவங்க அவங்களோட பாவ புண்-ணியத்தை கனெக்ட் பண்ணி, முடிவுகள் எடுக்க வேண்டிய மிகப்பெரிய வேலை. ஒவ்வொருத்தரோட வாழ்க்கையில நடக்கிற விஷயங்களுக்கும் காரணத்தை எக்ஸ்பிளைன் பண்ணனும்னா, வேற எந்த வேலையுமே பண்ண முடியாது."

"ஸோ, உன்னோட கடவுள் வெச்சுட்டு இருக்கிற சிஸ்டம் எல்லாமே அவுட் டேட்டட். இவ்வளவு பெரிய விஷயத்தை செய்றதுக்கு ஒரு பிக் டேட்டா டீம் இல்ல, கஸ்டமர் சர்வீஸ்ல ஆளு பத்தல அப்படித்தானே? எல்லாரு மாதிரியும், முடியலன்றதற்கு விதவிதமா காரணம் சொல்றீங்க. உங்களுக்கும் நம்ம ஊர் அரசியல்வாதிகளுக்கும் அப்புறம் என்ன பெரிய வித்தியாசம்?"

எரிச்சலாகி, ஷோல்டர் பேக்'கை எடுத்துக்கிட்டு வெளியே போன பாலா, கதவை மட்டும் மீண்டும் திறந்து,

"உங்கிட்ட விவாதம் பண்ற அளவுக்கு எனக்கு இப்ப நேரம் இல்ல. ஆனா காரணமில்லாம இங்க எதுவும் நடக்கறதில்லை. மனுஷன்'ன சூப்பர் பவர்'ஆ படைச்சதுல இருந்து, இங்க எல்லாத்துக்கும் காரணம் இருக்கு. அது புரிய வேண்டிய நேரத்துல புரிய வேண்டியவங்களுக்கு தானா புரியும்."

கதவை அறைந்து சாத்திவிட்டு வெளியேறினான். சிரித்துக்-கொண்டே. கட்டிலின் ஓரம் கொஞ்சமாக மிச்சம் இருந்த இடத்தில் உட்-கார்ந்து கொண்டு சாக்ஸை போட ஆரம்பித்தேன். கட்டிலில் முழுதும் ஆக்கிரமித்து தூங்கிக் கொண்டிருந்த தடியன் விஜய், புரண்டு படுத்து

என்னை கீழே தள்ளி விட்டான்.

"எழுந்துருடா தடியா. ஒண்ணு துன்றது, இல்ல தூங்கறது?"

ஷூவை மாட்டுவதற்கு முன் அவன் முதுகில் பலமாக எட்டி உதைத்-தேன், கட்டிலின் அந்த நுனிவரை போனவன், கீழே விழாமல் கட்டிலின் தலையை பிடித்து சமாளித்துக் கொண்டு சொன்னான். "மச்சி. நம்ம யாரு தெரியும் லே?"

அவனிடம் மேலும் மல்லுக்கு நிக்க நேரம் இல்லாததால் ஷூவை மாட்டிக்கொண்டு அவசரம் அவசரமாக வெளியேறினேன்.

～

எப்பவும் போல அன்னிக்கு நைட்டும், லேட்டா, டயர்டாதான் வீட்டுக்கு வந்தேன். ஒவ்வொரு நாளும், நம்ம திறமைக்கு ஏத்த வேலைய செய்ய முடியலையேன்னு ஏக்கம் அதிகமாயிட்டே தான் இருக்கு.

இந்த போன் வேற ஈவினிங்ல இருந்து சதி பண்ணிக்கிட்டே இருக்கு. எஃப்.எம். கேக்குறது எனக்கு ரத்த ஓட்டம், நாடித்துடிப்பு மாதிரி. பாட்ட தேடி தேடி பிளே லிஸ்ட் உருவாக்கி கேக்குறத விட. நம்ம கன்ட்ரோல்ல இல்லாம, ரேண்டமா ஒரு ஆர்ஜே செலக்ட் பண்ணி போடுற பாட்டு கேக்குறது எனக்கு ரொம்ப பிடிக்கும்.

இவ்ளோ டெக்னாலஜி வளர்ந்ததுக்கு அப்புறமும், அன்னைக்கு ஹெட்லைன்ஸ எப்படியோ ரேடியோல யாரோ பேசிடுவாங்க. நம்ம வேலைக்கு, அதையும் கவர் பண்ணா மாதிரி ஆயிடுச்சு. ரேடியோக்கும் எனக்குமான பந்தம், வாழ்க்கையோட கடைசி நிமிஷம் வரைக்கும் தொடரும்னு யோசிச்சுகக்கிட்டே உள்ளே வந்தேன்.

தடியன் வழக்கம்போல லேப்டாப்பிற்குள் மூழ்கிப் போயிருந்தான்.

"டேய் தடியா. இந்த போன்ல சார்ஜ் ஏறவே மாட்டுது, எஃப் எம்'மும் வொர்க் ஆக மாட்டுது. என்னன்னு கொஞ்சம் சீக்கிரம் பாரு டா."

"காலையில கடவுளை அவ்வளவு பழிச்ச இல்ல. அதுதான் உன் போன் பனால் ஆயிடுச்சு."

தூங்கி விட்டான் என்று நான் நெனச்சிட்டு இருந்த பாலா உள்ளே இருந்து குரல் கொடுத்தான்.

"ஆமா. காலையில தான் கோடி பேரை பார்க்கிறது கஷ்டம்னு ஆர்க்யூ பண்ணே. ஏதோ ஒரு மூளையில, நான் பேசின கொஞ்சம் வார்த்தைகளுக்காக தண்டனை கொடுக்க மட்டும் சரியான நேரத்துல, தேடி வந்துட்டாரா உங்க ஆளு?"

என்றதும் அமைதியானான் அவன்.

"நீ போன கொஞ்சம் சீக்கிரம் பாருடா. நான் குளிச்சிட்டு வந்திடு-றேன்."

குளித்துவிட்டு வெளியே வந்து கிச்சனில் என்ன இருக்கிறது என்று பார்த்தேன். நல்ல வேளை, சப்பாத்தியும் பருப்பும் செய்து வைத்திருந்-தான் பாலா. சரி நன்றி சொல்லலாம் என்று எட்டி பார்த்தால், இப்போது நிஜமாகவே தூங்கிப் போயிருந்தான். தட்டுடன் சென்று விஜய்யின் பக்-கத்தில் அமர்ந்தேன்.

"டேய். மதர் போர்டு ப்ராப்ளம்னு நினைக்கிறேன். நாளைக்கு போனை வீட்டுல விட்டுட்டு போ. நான் கடையில குடுத்து செக் பண்ணி வெக்கரேன்."

"நீ மதியம் தானே எழுந்துக்குறே. அப்ப உன் போன நாளைக்கு ஒரு நாள் எடுத்துட்டு போகவா?"

"நீ போன யூஸ் பண்றது பாட்டு கேக்குறதுக்கு தானே? அதுக்கு இந்த எம்.பி.3 பிளேயரே போதும். இதை வெச்சு ஓட்டு நாளைக்கு ஒரு நாளை."

சாப்பிட்டு முடித்து, தட்டை கழுவி விட்டு வந்து அவனைப் பார்த்து கேட்டேன்.

"சரி. எதிகல் ஹேக்கிங்னா என்னன்னு எனக்கு புரியிற மாதிரி கொஞ்சம் சொல்லு. உனக்கு இதுக்கு யாரு பே பண்றாங்க?"

"இப்ப இன்டர்நெட் தான் உலகம்னே ஆகிடுச்சு. இதுல கைதேர்ந்-தவங்க தங்களோட டேட்டாவை யாரும் ஹாக் பண்ணம இருக்க, அவங்களோட செக்யூரிட்டி சிஸ்டம எங்கள மாதிரி ஆளுங்கள வெச்சு அடிக்கடி செக் பண்ணி பத்திரமா பாத்துப்பாங்க."

"அப்படின்னா?"

"ஒரு எடுத்துக்காட்டுக்கு நகைக்கடையில திருடு போகாம இருக்க ஒரு செக்யூரிட்டி போடறாங்க இல்ல, அதே மாதிரி, ஆன்லைன்ல இருக்கிறவங்க அவங்களோட கடையை பத்திரமா பார்க்கிறதுக்கு எங்க-ளுக்கு சம்பளம் கொடுக்கிறாங்க. என்ன. இதுல ஒரே வித்தியாசம். திரு-

டறவங்களும் சரி, திருட விடாம காப்பாத்துற எங்கள மாதிரி ஆளுங்க-ளுக்கும் சரி, ரெண்டு பேருக்குமே ஒரே வேலைதான். "

என்று குதூகலமாக சொல்லி அவன் சிரிக்கும்போதே, தூக்கம் சொக்கி நான் கண்களை மூடினேன். அவன் இன்னமும் உற்சாகமாக ஏதோ சொல்லிக் கொண்டிருப்பது எங்கேயோ தூரமாக கேட்டு, கொஞ்-சம் கொஞ்சமாக காணாமல் போனது.

෧

அடுத்தநாள் காலை ஐந்தரை மணி. விஜய்யின் போனையும் எடுத்துக் கொண்டு ஜாக்கிங் கிளம்பினேன். முடித்துவிட்டு வீட்டிற்கு திரும்ப வரும் வழியில், அதிசயமாக அவ்வளவு காலையில் அந்த செல்போன் கடை திறந்து இருந்தது. சந்தோஷமாகி, என்னுடைய போனை எடுத்துக் கொண்டு உள்ளே நுழைந்தேன்.

கடையில் இருந்தவர் ஒரு ஐம்பது, அறுபது வயது மதிக்கத்தக்கவ-ராக இருந்தார். புன்னகையுடன் "சொல்லுங்க sir." என்றார்.

"மொபைல்ல சார்ஜ் ஏற மாட்டுது, எப்.எம்'ம் வொர்க் ஆக மாட்-டுது.'

"எவ்ளோ நாளா இந்த பிரச்சனை இருக்கு?" என்று கேட்டுக்-கொண்டே, போனை வாங்கி அதன் பின்பக்கத்தை கழட்டி, ஓபன் பண்ண ஆரம்பித்தார் அவர்,

"நேத்துல இருந்து தான் சார்." பதில் சொல்லிவிட்டு, சுற்றியும் பார்த்தேன். வினோதமாக, கடையில் இருந்த எல்லா செல்புகளும் காலி-யாக இருந்தன. ஒருவேளை இப்போது தான் கடை திறந்து இருப்பார்-கள் போல, இனிமேல்தான் அடுக்குவார்களோ என்னவோ?

"எதுக்கும் ஒரு பிளட் டெஸ்ட் எடுத்து பார்த்துரலாம் சார்,"

என்று அவரின் வினோத பதிலால், அதிர்ச்சியாகி அவரைத் திரும்-பிப் பார்த்தேன்.

முகத்தை சீரியஸாக வைத்துக் கொண்டு, அவர் தொடர்ந்து பேசிக்-கொண்டே போனார்.

"இப்ப இந்த மாதிரி ரெகுலரா எல்லாருக்கும் வருது. ஒரு ஊசிய போட்டா சரியாயிடும். கவலைப்படாதீங்க."

என்று அப்பாவித்தனமாக முகத்தை வைத்துக் கொண்டு, போனை பார்ட் பார்ட்டாக பிரித்து, மதர் போர்டை தனியாக பிரித்து எடுத்து

ஏதோ பார்த்துக் கொண்டிருந்தார். அவருடைய பேச்சு டோனும், முக பாவனைகளும் எனக்கு ஏதோ வயிற்றில் புளியை கரைத்தன. இப்போது அந்த போன் இடம் ஏதோ பேச ஆரம்பித்தார் அவர்.

"இதுக்குத்தான் சொல்றது. ஜாக்கிரதையா விளையாடுன்னு, இப்ப பாரு. ஊசி எல்லாம் போட வேண்டி இருக்கு. வலிக்காம போடுறேன் உனக்கு. ஒகேவா"

என்று சால்டரிங் மெஷின் எடுத்து அவர் சூடு பண்ண ஆரம்பிக்க, நான் பதட்டம் ஆனேன்.

"நான் கொஞ்சம் அர்ஜெண்டா கிளம்பணும். போனை கொஞ்சம் கொடுக்கறீங்களா? நான் சாயந்தரம் வந்து பார்த்துக்கறேன்."

"சாயந்திரம் எனக்கு வேற வேலை இருக்கே. அதுவும் இல்லாம, காலைல இருந்தே உங்களுக்காக தான் வெயிட் பண்ணிட்ருக்கேன். (என்று வினோதமாக, இழுவையாக பேசிவிட்டு) ரெண்டே நிமிஷம். இதோ முடிச்சுட்டேன். இருந்து வாங்கிட்டு போய்டுங்க."

அவரிடம் இருந்து வலுக்கட்டாயமாக போனை எப்படி பிடுங்குவது என்று தெரியவில்லை. ஆனால் அவரோ, சால்டரிங் மெஷினை வைத்து மதர்போர்டில் நொடிகளில் ஏதோ செய்து விட்டு, டக்கென்று போனை பழையபடி எல்லாத்தையும் போட்டு மூடி அவனிடம் கொடுத்து விட்டார்.

"அவ்வளவுதான் சார். வேலை செய்யுதான்னு......"

என்று அவர் அடுத்து பேசுவதற்குள், போனுடன் கடையை விட்டு வெளியே ஓடி வந்தேன்.

ஓடிக்கொண்டே போனை ஆன் பண்ண பார்த்தேன். ம்....உம் இந்த விஜய் பையனிடம் கொடுத்து விட்டு பொறுமையாக வெயிட் பண்ணி இருந்தால், அவனே ஏதாவது பண்ணி இருப்பான். இப்போது தேவை இல்லாமல், புது போனுக்கு வீண் செலவு பண்ண வேண்டிய சூழ்நிலை- தான் போல.

மூச்சிரைக்க வீட்டிற்குள் நுழைந்தவுடன், சார்ஜர் வயரை எடுத்து அதில் கனெக்ட் பண்ணி பார்த்தேன், சார்ஜ் ஏறுவதற்கான எந்த ஒரு அறிகுறியும் தெரியவில்லை.

குளித்துமுடித்து, ஆபிசுக்கு கெளம்ப ஆரம்பித்தேன், திடீரென்று போனில் மெசேஜ் டோன் கேட்கவே, ஆச்சரியமாகி பக்கத்தில் சென்று பார்த்தேன், போன் 100% சார்ஜ் ஆகி இருக்கிறது என்று காட்டியது.

சந்தோஷம் தாங்கவில்லை, இயர் போன் மாட்டி கொண்டு எப் எம் ஜ முயற்சி செய்தேன். ம்... உம் அது மட்டும் வேலை செய்யவே இல்லை.

சரி சாயந்திரம் வந்து விஜயை பார்க்க சொல்லலாம் என்று யோசித்துக் கொண்டே, வண்டியை ஆபீசை நோக்கி விரட்டினேன். போகிற வழியில் எதேச்சையாக, காலையில் போன அதே மொபைல் கடை கண்ணில் பட்டது. சரி, போனை சரி செஞ்சதுக்கு காசு கொடுத்-துவிட்டு, எஃப் எம் ஐ பத்தி கேட்கலாம் என்று வண்டியை நிறுத்தி-னேன்.

இப்போது செல்ஃபுகளில் எல்லா பொருட்களும் நீட்டாக அடுக்கி வைக்கப்பட்டு, வேறு ஒருவர் டேபிளை மட்டும் துணியை வைத்து துடைத்துக் கொண்டிருந்தார். நான் போய் எதிரில் நின்னதும், "சொல்-லுங்க சார்."

"அவரு இல்லையா?"

ஒரு மாதிரியாக முழித்துவிட்டு "எவரு?" என்று மீண்டும் என்னையே கேட்டார்.

"இன்னைக்கு காலைல என் போனை ரெடி பண்ணி குடுத்தாரே அவரு."

அவர் மீண்டும் கேள்விக்குறியுடன் என்னை பார்த்து, "இப்ப தான் கடையை திறக்கிறேன். நீங்க யாரை பத்தி சொல்றீங்கன்னு புரியலையே. ஒருவேளை கடை மாறி வந்துட்டிங்களா?"

"இல்ல சார். நல்லா ஞாபகம் இருக்கு. இங்க தான் வந்தேன். உங்க கடையில வேலை செயறவங்க யாராவது, காலையில திறந்திருப்பாங்-களோ?"

இப்போது அந்த கடைக்காரர் கொஞ்சமாக எரிச்சலாகி,

"சார். காலங்காத்தால வந்து கட்டையை போடாதீங்க. ஏதாவது வேணும்ன்னா கேளுங்க. இல்லன்னா கடையை காலி பண்ணுங்க."

"அது தான் சார். காலையில போன ரெடி பண்ணி கொடுத்தாரு. அவருக்கு காசு கொடுக்கணும்."

இப்போது கடை ஓனர் பயங்கர கடுப்பானார். சைகையிலேயே 'கிளம்புங்க ப்ளீஸ்' என்று ஜாடை காட்டினார்.

யோசனையுடன் வெளியே வந்தேன். அதே குழப்ப மனநிலையுடன் ஆபிசுக்கு போய், எஃப்.எம் இல்லாமல் எந்த வேலையும் ஓடவில்லை. மேல யோசிச்சுகிட்டே, வேலை செய்யாத அந்த எஃப்.எம். பட்டனை

திரும்பத் திரும்ப அழுத்திப் பார்க்கச் சொல்லி, மனது சொல்லிக் கொண்டே இருந்தது. வேலையில் மனசு ஓட்டாததால், லீவு சொல்லி-விட்டு வீட்டிற்கு திரும்ப வந்தேன்.

காபியை போட்டுக்கொண்டு வந்து, காத்தாற பால்கனியில் உட்கார்ந்-தேன். எதையும் யோசிக்காமல், ஒண்ணுமே செய்யாமல் அப்படியே ஒரு மணி நேரம் கடந்து போனது.

கட்டிலிலிருந்து எழுந்த விஜய், என்னையும் நான் இருக்கும் நிலை-மையையும் வினோதமாக பார்த்தான்.

பக்கத்தில் வந்து அமரச்சொல்லி சைகை செய்து, காலையில் செல்-போன் கடைக்கு போனதில் இருந்து நடந்த எல்லாவற்றையும் சொன்-னேன்.

"சரி இரு. ரெண்டு நிமிஷத்துல பிஸ் அடிச்சுட்டு வந்துடறேன். வந்து ரேடியோவை என்னன்னு பாக்குறேன்"

ரீத் பிரஷ் உடன் திரும்பி வந்தவன்,

"சரி. இந்த மாதிரி என்னிக்காவது ஒரு நாள்தான் ஒண்ணா சேர்ந்து லன்சு சாப்பிடுறோம். எங்க போலாம்னு சொல்லு? இல்ல ஆர்டர் பண்-ணவா?"

என்றவுடன் சேரில் இருந்து எழுந்து கொண்டேன்.

"நீ பிரஷ் பண்ணிட்டு வா, உனக்கும் சேர்த்து போட்ட காபியை சூடு பண்ணிக் கொடுக்கறேன். அதுக்கப்புறம் முட்டை ப்ரைடு ரைஸா நான் பண்ண ஆரம்பிக்கிறேன்."

வாயில் பேஸ்ட் உடன், அவன் பதிலுக்கு ஒரு கேள்வி கேட்டான்

"ரேடியோ சேனல் எல்லாத்தையும் ரீசெட் பண்ணிட்டு, திரும்ப ஆட்டோ ட்யூன் பண்ணி பார்த்தியா?"

கேட்டு விட்டு அவன் போய்விட, காலையிலிருந்து அந்த ரேடியோ பட்டனை மட்டும் திரும்பத் திரும்ப அழுக்கிக்கொண்டு இருந்தேனே தவிர, ஆட்டோ டியூன் பண்ணி பார்க்கவில்லை என்பது புரிந்தது. அதை முயற்சி செய்தவுடன், புதிதாக 10 சேனல்கள் சேவ் ஆய் வந்து நின்றன. எதுவுமே அறிமுகம் இல்லாத சேனல்கள், அவனே பார்க்கட்-டும் என்று போனை வைத்துவிட்டு, கிச்சனுக்குள் நுழைந்தேன்.

சூடு பண்ண காபியை எடுத்து வந்து விஜய்'யிடம் கொடுத்தேன். நான் நீட்டியதை கூட கவனிக்காமல், இயர் போன் போட்டுக் கொண்டு அந்த ரேடியோ சேனல்களில் எதையோ ஆர்வமாக கேட்டுக் கொண்டி-

ருந்தான்.

திடிரென்று நீட்டிய என் காபி கப்பை தாண்டி, உள்ளே போய் பேப்-பரையும் பேனாவையும் எடுத்துவந்து ஏதோ எழுத ஆரம்பித்தான்.

முதலில் 'சப்மரைன், மிசைல்" என்று எழுதிவிட்டு, பின்பு அதை அடித்து விட்டு, வேறு ஏதோ தொடர்ச்சியாக நம்பர்களை எழுத ஆரம்-பித்தான். பின்பு அடுத்தடுத்த சேனல்களை மாற்றி அதை புரிந்து கொள்ள முயற்சி செய்தான். ஒன்றும் புரியாமல் போகவே, தலையில் கையை வைத்து உட்கார்ந்து கொண்டான். அவனுக்கு ஒன்றும் புரியா-மல் இருக்கும்போது, நமக்கு என்ன தெரியப்போகுது என்று நினைத்துக் கொண்டு உள்ளே வந்து காய்களை வெட்ட ஆரம்பித்தேன்,

எட்டி பார்த்தபோது, போனை கீழே வைத்துவிட்டு, லேப்டாப்பில் அவனது வேலையை செய்ய ஆரம்பித்து விட்டான். நான் புன்னகையு-டன் திரும்பி வேலையை ஆரம்பித்தேன். திடிரென்று அவன் உற்சாகத்-தில் குதித்து, கைகளை தட்டும் சத்தம் கேட்டது.

"டேய் மனோஜ் இங்கே வா. சீக்கிரம் வா. கண்டுபிடிச்சிட்டேன், உன் போன்ல வர எஃப் எம் சேனல்ல எல்லாத்துலேயும் சாட்டிலைட் போன் மூலமா ரகசியமா பேசிக்கிற விஷயங்கள் கேக்குது. நிறைய நமக்கு புரி-யாத பாஷையா இருந்தாலும், சிலது நம்ம ராணுவம் மற்றும் அண்-டர் கவர் போலீஸ் சம்பந்தப்பட்ட விஷயம்னு அவங்க பேசுற இங்கிலீஷ் வார்த்தைகள்ல புரியுது. சில சேனல் அரேபிக் மற்றும் உருது பாஷையில பேசுறதால, ஒருவேளை தீவிரவாத இயக்கங்களுக்கு நடுவுல பேசுறதும் உன் போன்ல இப்ப கேட்குதுன்னு நினைக்கிறேன்."

அவன் மேலும் உற்சாகமாகப் பேச, ஏனோ எனக்கு அவனின் ரியாக்சன் எல்லாமே காலையில் செல்போன் கடையில் பார்த்த நபரை திரும்ப ஞாபகப்படுத்தியது, என்னுடைய ரியாக்ஷனை பார்த்துவிட்டு, அவனது உற்சாகத்தை கொஞ்சமாக குறைத்துக் கொண்டான். பின்பு சொன்னான்.

"ஏன் உன் போன்ல இதெல்லாம் கேட்குதுன்னு என்கிட்ட கேக்காத. அதுக்கான பதில் என்கிட்ட இல்ல. ஆனா கண்டிப்பா உன்கிட்ட இருக்-கணும்"

என்று சொன்னதும் பளிச்சென்று ஏதோ மண்டையில் மின்னல் அடித்தது போல் இருந்தது.

செல்போன் கடைக்காரர் "காலைல இருந்தே உங்களுக்காக தான் *wait* பண்ணிட்ருக்கேன்."

மீண்டும் பால்கனிக்கு வந்து வெளியே வானத்தை அண்ணாந்து பார்க்க ஆரம்பித்தேன்.

கோர்வையாகவும், கோர்வை இல்லாமலும் கடந்த இரண்டு நாட்க-ளாக பேசிய வார்த்தைகள் எல்லாம் இப்போது எனக்கு ஞாபகத்துக்கு வந்தன.

பாலா "உங்கிட்ட விவாதம் பண்ற அளவுக்கு எனக்கு இப்ப நேரம் இல்ல. ஆனா காரணமில்லாம் இங்க எதுவும் நடக்கறதில்லை. மனுஷன சூப்பர் பவர்'ஆ படைச்சதுல இருந்து, இங்க எல்லாத்துக்கும் காரணம் இருக்கு. அது புரிய வேண்டிய நேரத்துல புரிய வேண்டியவங்களுக்கு தானா புரியும்."

"ஸோ, உன்னோட கடவுள் வெச்சுட்டு இருக்கிற சிஸ்டம் எல்லாமே அவுட் டேட்டட். இவ்வளவு பெரிய விஷயத்தை செய்றதுக்கு ஒரு பிக் டேட்டா டீம் இல்ல, கஸ்டமர் சர்வீஸ்ல ஆளு பத்தல அப்படித்தானே?"

விஜய் "ஏன் உன் போன்ல இதெல்லாம் கேட்குதுன்னு என்கிட்ட கேக்காத. அதுக்கான பதில் என்கிட்ட இல்ல. ஆனா கண்டிப்பா உன்-கிட்ட இருக்கணும்"

"சரி. எதிகல் ஹேக்கிங்னா என்னன்னு எனக்கு புரியிற மாதிரி கொஞ்சம் சொல்லு?"

யாரோ வழிநடத்திய மாதிரி போய் கப்போர்ட்டின் கதவை திறந்தேன் உள்ளே இருந்த விசிட்டிங் கார்ட் ஆர்கனைஸரை எடுத்தேன். கடைசி பக்கத்துக்கு போய் "ஸ்பெஷல் டைரக்டர் - சென்ட்ரல் பியுரோ ஆஃப் இன்வெஸ்டிகேஷன்" என்று பளிச்சென்று மின்னிய ராமச்சந்திரன் மாமாவின் விசிட்டிங் கார்டை எடுத்தேன்.

"இன்வெஸ்டிகேடிவ் ஜர்னலிசம் எல்லாம் அவுட் டேட் ஆயிட்டு இருக்கு மனோஜ். உனக்கு ஏத்த சவால் அங்க இல்ல. அண்டர்கவர் ஜர்னலிசம் பன்றியா? சொல்லு. நானே உனக்கு ப்ராஜக்ட் தர்றேன்"

பாலா "கடவுள் நம்ம மேல கடவுளுக்கு நம்பிக்கை இருக்கிறதுனால தான் அந்த பிரச்சினைகள நமக்கு குடுக்குறாருன்னு எடுத்துக்க கூடாதா?"

பாலா "உங்கிட்ட விவாதம் பண்ற அளவுக்கு எனக்கு இப்ப நேரம் இல்ல. ஆனா காரணமில்லாம் இங்க எதுவும் நடக்கறதில்லை. மனுஷன சூப்பர் பவர்'ஆ படைச்சதுல இருந்து, இங்க எல்லாத்துக்கும் காரணம் இருக்கு. அது புரிய வேண்டிய நேரத்துல புரிய வேண்டியவங்களுக்கு தானா புரியும்."

மண்டைக்குள் ஏதோ திரும்ப கொடைய ஆரம்பிக்க, திரும்பி விஜய்யை பார்த்தேன்.

"சரி. எதிகல் ஹேக்கிங்னா என்னன்னு எனக்கு புரியிற மாதிரி கொஞ்சம் சொல்லு?"

மீண்டும் சாமி படங்களின் பக்கம் திரும்பி ஒரு தீர்க்கமான பார்வை பார்த்துவிட்டு, பெருமூச்சுடன் ராமச்சந்திரன் மாமாவின் நம்பரை டயல் செய்தேன்..

4

ஐடெடிக் மெமரி

"மிஸ்டர் சவரி முத்து. உலக மெமரி சாம்பியன்ஷிப்பை உங்க பையன் தேவா தொடர்ந்து ரெண்டு தடவை ஜெயிச்சிட்டாரு. இந்த வருஷமும் ஜெயிப்பார்னு நம்புறீங்களா?"

கேள்வி கேட்ட அந்த நிருபரை நான் ஏளனமாகப் பார்த்தேன்.

"ஜூனியர் சாம்பியன்ஷிப்ல அவனை ஜெயிக்க இந்த உலகத்தி-லேயே ஆள் கிடையாது."

"அவரோட டேலண்ட்ட ஷோ'வா மக்களுக்கு காமிக்கிற ஐடியா ஏதாவது இருக்கா உங்களுக்கு?"

"இப்போதைக்கு இல்ல. அவன் வெறும் ஜூனியர் சாம்பியன்ஷிப் டைட்டில் தான் வின் பண்ணி இருக்கான். 13 வயசு தான் ஆகுதுன்னு, அவனை சீனியர்ஸ் காம்பிடிஷன்ல அலோ பண்ண மாட்டேங்கிறாங்க, ஆனா அவன் அதுக்குமே ஏற்கனவே ரெடி, எப்ப அவன் அந்த டைட்டில் அடிக்கிறானோ, அதுக்கப்புறம் அவன் எவ்வளவு பெரிய டேலண்ட்னு மக்களுக்கு காட்டுறேன்."

"உங்க மகனை எந்த ஸ்கூல்ல படிக்க வைக்கிறீங்க?"

"நான் எந்த ஸ்கூலுக்கும் போக வேண்டிய அவசியம் இல்லை. " நறுக்குன்னு தேவா'வே அந்த நிருபருக்கு மூஞ்சில அடிச்ச மாதிரி பதில் சொன்னான். "ஸ்கூல்ல இருக்குற சிலபஸ் எல்லாம் பயங்கர அவுட் டேடெட். எனக்கு அங்க கத்துக்கறதுக்கு புதுசா ஒண்ணும் இல்ல."

பாக்கவே பெருமையாகவும், கர்வமாகவும் இருந்துச்சு. அந்த நிரு-பரோட முகத்துல அவமானமும் கோவமும் தெரிஞ்சுது. அவரை இக்னோர் பண்ணிட்டு, அடுத்து கேள்வி கேட்டவரை கவனிச்சேன்.

"அவருக்கு என்ன மாதிரி பயிற்சி எல்லாம் கொடுக்குறீங்க?"

"அத புரிஞ்சுக்கணும்னா, ஐ க்யூ லெவல் 120க்கு மேல இங்க யாருக்காவது இருந்தா, இன்டர்வியூக்கு அப்புறம் வந்து கேளுங்க. தனியா எக்ஸ்பிளைன் பண்றோம்."

நிருபர்களுக்கு நடுவில் கொஞ்சம் சலசலப்பு கேட்டது, ஒருவர் முன்னாடி வந்தார்.

"தலைக்கனத்துல ஆடாதீங்க சார். முதல்ல சொல்லுங்க. புரியுதா இல்லையான்னு நாங்க முடிவு பண்ணிக்கிறோம்,"

குழந்தைத்தனமா கேக்குற அவர பார்த்து எனக்கு சிரிப்பு தான் வந்ததது.

"ஓகே. ஹி இஸ் நாட் இன் டு ரிட்டைய்னிங் - ஷார்ட் டெர்ம் ஆர் லாங் டெர்ம் மெமரி, இட் இஸ் ஆல் அபௌட் கிளாரிட்டி. மீனிங், அவனோட மூளை சின்னச் சின்ன விஷயங்கள்'ல நடக்குற மாறுதல்களை கவனிச்சு, அது தேவையா இல்லையான்னு பிராசஸ் பண்ணி, தேவைனா அப்கிரேட் பண்ணி சேவ் பண்ணிக்கவும், தேவை-யில்லை'ன்னா திராஷ் பண்ணவும் அவனோட மூளைக்கு தானாவே டிரெய்ன் பண்ணிக்க தெரியும். மத்த சாம்பியன்ஸ் மாதிரி, ஹி இஸ் நாட் யூசிங் நுமானிக் ஸ்ராடிஜீஸ். ஹி இஸ் பார்ன் அண்ட் பிளேஸ்டு வித் ஐடெடிக் மெமரி. "

கேட்ட நிருபர் முழித்து, மேலும் கேள்வி கேட்க முடியாத கோபத்-தால் முறைத்துப் பார்த்தார்.

"கடவுள் அவனுக்கு கொடுத்த வரத்தை ஓவரா எக்ஸ்ப்ளோர் பண்ணி அந்த வரத்தையே அவனுக்கு பாரமா ஆக்கிட்டு இருக்கீங்-கன்னு உங்களுக்கு புரியுதா?

யாரு கிட்ட இருந்து அந்த கேள்வி வந்ததுன்னு தெரியல. தோரா-யமா வந்த திசைய நோக்கி பதில் சொன்னேன்.

"இருக்குற திறமைய வளத்துக்க தெரியாமதான் இந்த நாடே இப்படி இருக்குது. அந்த கூட்டத்தில் இருந்து வர்றதால, உங்க கேள்வி என்ன பெருசா ஆச்சரியப்படுத்தல. அதுக்கு பதில் சொல்லணும்னும் அவசியம்

இல்லைன்னு நினைக்கிறேன்."

"உங்க பையனை, ஆர்ட்டிஃபிஷியலி இன்டெல்லிஜன்ட் ஹியூ-மனாய்ட்டா ஆக்க பாக்கறீங்களா? அப்படி பண்ணா, வில் ஹி நாட் லூஸ் ஹீஸ் கேரக்டர்ஸ் ஆஸ் எ ஹியூமன்? அப்படியே மனுஷனா தொடர்ந்து வாழ்ந்தாலும், திஸ் ஓவர் பவர்டு மெமரி மைட் டிரைவ் ஹிம் டு ஆர்-டிசம். ஆர் யு அவேர் ஆஃப் திஸ் ரிஸ்க்?"

இதுக்கு முந்தின கேள்வியை கேட்ட அதே குரல்.

அவர் கேட்ட கேள்வியும், அந்த கேள்வில தெரிஞ்ச மெரட்டுற தோனியும், தேவாவையும் என்னையும் ஒரே நேரத்துல திடுக்கிட வச்சது.

யார்ரா இவ்வளவு இன்டெலிஜெண்டா கேக்குறாங்கன்னு, அந்த நிருபர் கூட்டத்துக்குள்ள எட்டிப் பார்த்தேன். ஒரு 70 வயசு பெரியவரு, பயங்கர ஒல்லியான உடம்போட, ஆனா அந்த ரிப்போர்ட்டர் சேர்ல, சமணக்கால் போட்டு உக்காந்துட்டு இருந்தார். அவர் கேட்ட கேள்விக்-கும், வேஷ்டி சட்டைக்கும் சம்பந்தமே இல்லாம இருந்தது.

"இதோட, இந்த பேட்டிய முடிச்சுக்கலாம். அடுத்த வாரம் சாம்பி-யன்ஷிப் போயிட்டு வந்து, திரும்பவும் பேசலாம்."

சொல்லிட்டு, நானும் தேவாவும் அந்த மீட்டிங் ரூமை விட்டு வெளிய வந்தோம். நான் அந்த பெரியவர் தென்படுறாரான்னு பார்த்தேன்.

வெளியே வெயிட் பண்ணிட்டு இருந்த என்னோட மனைவி கலை-யரசி,

"கற்றது கள்ளளவு, கல்லாதது உலகளவு'ன்னு சொல்லுவாங்க. என்ன இருந்தாலும் இவ்வளவு ஆணவத்தோட பேசி இருக்க வேணாங்க. நிருபர்களுக்கு நடுவுல, நம்ம பையனை சாபம் விடுற மாதிரி கூட திட்டிட்டு இருந்தாங்க."

சின்னப்புள்ளத்தனமா பேசிட்டு இருந்த அவளுக்கு, எனக்கு பதில் சொல்ல தோணல.

என்னமோ என்னோட மனசும், கண்ணும் அந்த பெரியவரை தான் தேடிட்டு இருந்துச்சு.

"என்னங்க" னு திரும்பவும், அவள் இழுக்க.

"கம்முனு இரும்மா. இவங்க எல்லாம் ஒரு ஆளுன்னு, அவங்க சொல்றதை பத்தி பேசி எங்க டைம் வேஸ்ட் பண்ணாத" னு சொன்ன தேவா, "அந்த ஹியூமனாய்ட் பத்தி கேள்வி கேட்டவர்'யா பா தேடு-

நீங்க?" னும் கேட்டான்.

நான் அவனை ஆச்சரியமா பார்த்தேன். நான் அவன் அம்மாவுக்கு குடுக்க வேண்டிய சரியான பதிலை குடுத்துட்டு, என்னை மாதிரியே யோசிச்சு, அந்த பெரியவரை தேடறானே!!

என்னோட சூப்பர் ஜெராக்ஸ் டா நீ. நான் வாழ்க்கையில சாதிக்க முடியாதது எல்லாத்தையும், உன்ன வச்சு சாதிச்சு இந்த உலகத்துக்கு நம்ம யாருன்னு காட்டணும்டா'னு மனசுக்குள்ள யோசிச்சுட்டு,

"ஆமா. தேவா, அவரோட கேள்வியை விட அவரோட அப்பியரன்ஸ் என்னை ஏதோ டிஸ்டர்ப் பண்ணிட்டே இருக்கு, நீ அவரை எங்கேயாவது பார்த்தேன்னா சொல்லு"

அவர தேடிட்டே, திரும்பிப் பார்க்காம மனைவி கிட்ட கேஷுவலா கேட்டேன்.

"எங்க பிளைட் டிக்கெட்டை, பிசினஸ் கிளாசுக்கு அப்கிரேட் பண்ணச் சொன்னேனே. பண்ணிட்டியா?"

கொஞ்ச நேரம் கழிச்சும் பதில் வராததால, நின்னு திரும்பி பார்த்தேன். எங்க கூட நடந்துக்கிட்டே, அவசர அவசரமா போன்ல எதையோ தேட ஆரம்பிச்சா.

நான் நின்னப்புறமும், அவ பாட்டுக்கு நடந்து முன்னாடி போயிட்டே இருந்தா.

"குடுத்த ஒரு சின்ன வேலையையும் மறந்துட்டியா?"

குரல் அவளுக்கு பின்னாடி வருதுன்னு தெரிஞ்சதுக்கு அப்புரம், நின்னு திரும்பி பார்த்தா. குடுகுடுன்னு கிட்ட ஓடி வந்தா.

"இல்லங்க. நீங்க டிக்கெட் ஃபார்வேர்ட் பண்ண இமெயில்'ல காணோம்'ங்க. அதைத்தான் தேடிக்கிட்டு இருந்தேன். டிக்கெட் நம்பர் இல்ல பாஸ்போர்ட் கேக்குறாங்க, அப்கிரேட் பண்றதுக்கு."

"டிக்கெட் நம்பர் ஏ46சி2டி. பாஸ்போர்ட் நம்பர் பி665437789" னு ஞாபகத்தில இருந்து டக்குனு சொன்னேன்.

"உனக்கு ஒரு வேலைய குடுத்துட்டு, உன் பின்னாடியே வந்து, நீ செஞ்சிட்டியான்னு பாக்குறதுக்கு பேசாம நானே அந்த வேலையை செஞ்சிடலாம் போல."

நான் சொன்னதை பார்த்து தேவா மட்டும் லைட்டா ஸ்மைல் பண்ணான். கலையரசி இன்னமும் போன்ல எதையோ நோண்டிட்டு இருந்தா. அவள பக்கத்துல இருந்த சேர்ல கூட்டிட்டு போய் உட்கார

வச்ச அவன்,

"ஏர்லைன்ஸ் போன் நம்பர் வேணுமா மா?" னு கேட்டான்.

"இல்லப்பா. எடுத்துட்டேன். இதோ கால் பண்றேன்" னு போனை எடுத்தாள்.

"அது யு.கே நம்பர்மா. டிக்கெட்'ல பாத்த கஸ்டமர் கேர் நம்பர் எனக்கு ஞாபகம் இருக்கு. ஃபோனை கொடு. நானே பண்ணி தரேன்"

இளவரசியை முறைச்சு பாத்துட்டே, நானும் போன எடுத்து பி ஏ க்கு கால் பண்ணேன்.

"தேஜூ. அந்த 6:30 அரவிந்த் மீட்டிங்க ஃப்ரைடே ரெண்டு மணிக்கு மூவ் பண்ணிடு."

" ஒன் மினிட் சார். " சில நொடிகளுக்குப் பிறகு, "எந்த மீட்டிங் சார்? உங்க காலண்டர்ல எதுவுமே காமிக்கலையே?"

மறுபடியும் எரிச்சல் ஆனேன். "அப்ப நேத்து ஈவினிங், அந்த டெக் ஸ்டார்ட் அப் அரவிந்த் கூட மீட்டிங் கன்ஃபார்ம் ஆயிடுச்சுன்னு உனக்கு கால் பண்ணி சொன்னேனே. அதை நீ காலண்டர்ல அப்டேட் பண்ணலையா?"

"சாரி சார். ரிமைண்டர்ல.. ." என்று அவள்.வழக்கம் போல கார-ணத்தை சொல்ல ஆரம்பிக்கும்போதே. அவளது காலை கட் பண்ணேன்.

ஆயிரம் டெக்னாலஜி டூல்ஸ் வந்தாலும், அத ஒழுங்கா யூஸ் பண்ண தெரியாத இவங்களையெல்லாம் வசசிக்கிட்டு நான் மாரடிக்கிறேன் பாரு.

நானே ஃபோன்ல காலண்டர ஓபன் பண்ணி, அந்த மீட்டிங் ட்ரை பண்ணி மூவ் பண்ணேன். ஒரே நிமிஷத்துல அரவிந்த் அக்சப்ட் பண்ணி கன்ஃபார்ம் பண்ணான்.

அவ்ளோதான். ஒரு நிமிஷ வேலை. இவங்க சொல்ற மன்னிப்பு கேட்டு, அதுக்கு அப்புறம் என்ன பண்ணனும் திருப்பிச் சொல்லி புரிய வச்சு, இதெல்லாம் பண்றதுக்கு எல்லா வேலையும் நம்மளே பண்ணிட-லாம் போல!!

எல்லாமே யூஸ்லஸ் இடியட்ஸ். இவ்வளவு ஞாபக மறதியை வச்சிக்-கிட்டு எப்படி தான் ரெகுலர் வாழ்க்கைய வாழுறாங்களோ தெரியல!

மேல யோசிச்சுட்டு இருக்கும்போதே, அந்த வயசானவர் தூரமா கேட்டுக்கு பக்கத்துல தெரிஞ்சார். நான் வேகமா அவரை நோக்கி நடக்க ஆரம்பிச்சேன்.

"நானும் வரவாப்பா" னு தேவா எழுந்தான்.

"இல்ல. நீ இங்கேயே அம்மாக்கு துணையா இரு. தொலைஞ்சு போயிட்டா, இவளை வேற இந்த கூட்டத்துல தேடிட்டு இருக்கணும். நான் திரும்ப வந்து என்ன பேசுனோம்னு சொல்றேன்"

சொல்லிட்டு நான் வேகமா ஓடுனேன். கேட்டைத் திறந்து வெளியில வந்து, ரோட்டுக்கு ரெண்டு பக்கமும் பார்த்தா ஆள காணோம்.

"கொய்யா பழம் சாப்பிடுறீங்களா?" னு ஒரு குரல்.

பக்கத்து பில்டிங் காம்பவுண்டு ஒரமா வெளியில தொங்கிட்டு இருந்த பழத்த ஃபிரெஷ்ஷா பறிச்சி சாப்பிட்டுக்கிட்டே, என்கிட்ட ஒரு பழத்தை நீட்டுனாரு, அதே பெரியவர்.

அவர் பண்ற ஒவ்வொரு விஷயமும், அவர் கேட்ட கேள்விக்கு சம்-பந்தமே இல்லாம, வினோதமாவே இருந்துச்சு. இவர்தான் அந்த கேள்-வியை கேட்டாரான்னு திரும்பவும் சந்தேகம் வந்துச்சு.

"இல்ல பரவால்ல சார். நீங்க சாப்பிடுங்க" னு சொன்னதும்.

சிரிச்சுகிட்டே "சரி நீங்க சொல்லுங்க. மூச்சரைக்க ஓடி வந்திருக்கீங்-களே. என்ன விஷயம்?"

"எல்லாம் நீங்க கேட்ட கேள்வி தான் சார். ஏன் என் பையன ஹ்யூ-மன் உணர்ச்சிகளை இழந்துருவானான்னு கேட்டிங்க? அந்த கேள்வி எனக்குள்ள ஒரு உறுத்தலான பயத்தை குடுத்துட்டே இருக்கு. அதனா-லதான் கேட்டேன்."

அவர் சிரிச்சிட்டு என்ன பார்த்தாரு.

"நான் ஒரு இடத்துக்கு கூட்டிட்டு போறேன். வரிங்களா?"

"எங்கே? எப்போ?" னு கேட்டேன்.

அவரு சிரிச்சுக்கிட்டே. "அங்க வந்தா, உலகத்தையே புரட்டி போட-றேன். எல்லாத்தையும் மாத்தி காட்டுறேன்'னு சொல்ல மாட்டிங்க இல்ல?"

அவரு சொன்னதுல நக்கல் தெரியல. அதனால அமைதியா இருந்-தேன்.

சாப்பிட்டுட்டு இருந்த பழத்த முடிச்சிட்டு, இன்னொன்னை சர்ட் பாக்கெட்ல போட்டுட்டு.

"என்னா. எதையும் மாத்த முடியாது. வேடிக்கை மட்டும் வேணும்'னா பாக்கலாம். என்ன வரிங்களா?

எனக்கு ஒரு மாதிரி உடம்பெல்லாம் சில்லுனு ஆச்சு.

டைம் ட்ராவல் ஆ? நெஜமாவா? தேவா, ஃபியூச்சர்ல என்ன எல்லாம் சாதிச்சிருக்கான்னு பாத்துட்டு வரலாமேன்னு டக்குன்னு தோணுச்சு.

யோசிச்ச அடுத்த நிமிஷம் எனக்கு என் மேலயே சிரிப்பு தான் வந்-தது. அதுக்குள்ள என்ன நம்ப வச்சிட்டாரே இந்த மனுஷன்!! கொஞ்சம் புத்திசாலித்தனமா கேள்வி கேட்டாரேன்னு, திருட்டுக் கொய்யா சாப்புடுற இவரைப் போய் நம்பி?? சே'ன்னு என்னையே திட்டிக்கிட்டேன்.

நான் எந்த பதிலும் சொல்லாததால, அவர் பாட்டுக்கு பழத்தைச் சாப்பிட்டுட்டு இன்னும் மரத்துல வேற எங்க கொய்யா, பழமா இருக்-குன்னு பாக்க ஆரம்பிச்சாரு.

சரி என்னதான் பண்றாருன்னு பாக்கலாம்'னு "ஓகே" சொன்னேன்.

கையை தட்டிட்டு என் பக்கத்துல வந்தாரு. அவரோட வலது கையால, என்னோட கையை புடிச்சாரு.

புடிச்ச அடுத்த நிமிஷம், சர்ன்னு தலை வரைக்கும் கரண்ட் ஷாக் அடிச்சா மாதிரி இருந்துச்சு. ஒரு செகண்ட்ல, பூமியிலிருந்து என்னை வானத்துக்குள்ள புடிச்சு உரிஞ்சுகிட்ட மாதிரி. பிளைட்ல இருந்து கீழ தள்ளிவிட்ட மாதிரி, வானத்துக்கும் பூமிக்கும் நடுவுல ஒரு லிப்ட்ல போற மாதிரி, காது ஃபுல்லா பக்குனு அடைச்சு, மூச்சு விடவும் முடியாம நான் கேவி கேவி, டக்குனு எல்லாம் ஒரு நொடியில ரிலீஸ் ஆயிடுச்சு.

๑

"என்னங்க சொல்றீங்க? வீட்டுக்கு வர்றதுக்கு உங்களுக்கு வழி மறந்து போயிடுச்சா?" கலையரசியோட குரல்.

நான் சுத்தியும் பார்த்தேன். கண்ணுக்கு எட்டுன தூரம் வரைக்கும், கடையோ பெட்ரோல் பங்கோ ஒண்ணுமே தெரியல.

"என்னங்க. என்னங்க?" திரும்பவும் கலையரசியோட குரல்.

"இல்லம்மா. வண்டி ஓட்டிட்டு வந்துட்டே இருந்தேன். ஏதோ திடிர்னு பிளாங்க் ஆனா மாதிரி இருந்துச்சு. என்னன்னு ஒன்னும் புரியல."

"கூகுள் மேப்பில் தான் வீட்டு அட்ரஸ் சேவ் பண்ணி இருப்பீங்களே. அத போடறதுக்கு, இன்டர்நெட் இல்லையா?"

மேல மேல, கேள்வி கேட்ட அவளை,

"என்னம்மா இது. பிளாங்க் ஆயிடுச்சுன்னு சொல்றேனே, உனக்கு புரியலையா? போன எப்படி ஆப்ரேட் பண்றதுன்னே மறந்து போச்சு.

உன்னோட கால் எப்படி அட்டெண்ட் பண்ணேன்னு எனக்கே தெரியல"

எதுக்கு அவகிட்ட சத்தமாக கத்தறேன்னு தெரியலை. எரிச்சல் கலந்த பயத்தொட உடம்பு நடுங்க ஆரம்பிச்சுது.

அவள் இப்போது சத்தமாக அழ ஆரம்பித்தாள்.

"ஏங்க, கார் எப்படி ஓட்டுறதுன்னு உங்களுக்கு ஞாபகம் இருக்கு இல்ல?"

அவள் கேட்டதும், இன்னமும் மைண்ட் பிளாங்க் ஆனது. பிரேக்கில் இருந்து, காலை எடுத்தேன், வண்டி மெதுவாக நகர்ந்தது. அவசரமாக பார்க் கியரில் போட்டேன்.

"ஞாபகம் இருக்குமா. நல்ல வேளை" னு சொன்னேன்.

"கடவுளே நன்றி கடவுளே. அப்படியே வண்டிய மெதுவா ஓட்டிட்டே வாங்க. வழியில் என்ன எல்லாம் பாக்குறீங்களோ, அப்படியே சொல்-லிட்டே வாங்க."

"சரிம்மா. இப்பத்திக்கு கடை, பெட்ரோல் பங்க் எதுவுமே தெரியல. ஏதோ கரும்பு காடு மாதிரி இருக்கு."

"பரவா இல்லைங்க. ஓட்டிட்டே வாங்க. ஏதாவது வீடோ, இல்ல ஆள் நடமாட்டம் தெரிஞ்சாலோ சொல்லுங்க. எந்த பக்கம் வண்டி போனாலும், உங்க வண்டியில் இருந்து இறங்கி உடனே அந்த வண்-டியை நிறுத்துங்க."

"சரிம்மா. சரிம்மா."

கார் போயிட்டே இருந்துச்சு. ம்ஹூம். ஒரே வனாந்தரம். கொஞ்ச தூரம் போனதுக்கு அப்புறம், அங்கங்கே பன மரம், நடுவுல ஃபுல்லா வறண்ட காடு.

"என்னங்க. ஏதாவது தெரிஞ்சுதா?"

"இல்ல மா.'

"அம்மா. சமயபுரத்தாளே. எப்படியாவது என் வீட்டுக்காரரை இன்-னைக்கு பத்திரமா வீட்டுக்கு கூட்டிட்டு வந்து சேத்துரு. அடுத்த வாரமே உன்னோட கோயிலுக்கு வந்து புடவை சாத்தி அங்க பிரதட்சணை செய்றேன். அதுக்கப்புறம் அவரை என் கூடவே வச்சு பத்திரமா பாத்-துக்கிறேன்"

அவ வேண்ட வேண்ட, எனக்கு வயித்துல புலியை கரைக்க ஆரம்-பிச்சது. வண்டியில ஏதோ பீப் சத்தம் கேட்க ஆரம்பிச்சது. 'ஜையையோ. பெட்ரோல் ரிசர்வ் ஆயிடுச்சு போல'. எனக்கு இன்னும் பயம் அதிக-

மாகி, கையெல்லாம் நடுங்க ஆரம்பிச்சது. எதுவும் கிடைக்காம, பட்டி-
னில எங்கேயோ ஒரு காட்டுக்குள்ள சாகப் போறேனோ?"

"என்னங்க இருக்கீங்களா?"

"இருக்கேன் மா இருக்கேன். இப்பத்திக்கு இருக்கேன். இந்த பெட்-
ரோல் வேற காலி ஆயிடுச்சுன்னு நினைக்கிறேன். அது வேற சத்தம்
போடுது."

"அய்யய்யோ..." னு அவ சத்தமா அழ ஆரம்பிச்சா.

"நீ வேற அழுது அழுது என்னை இன்னும் பயமுறுத்தாதம்மா.
அனாதையா எங்கேயோ காட்டுல சாகப் போறேனன்னு நானே பயந்து
நடுங்கிட்டு இருக்கேன்."

அந்தப் பக்கம் அவள் அமைதியானாள்.

"பயப்படாதீங்க. ஒன்னும் பிரச்சனை இல்ல. உங்களை எப்படியாவது
வீட்டுக்கு கூட்டிட்டு வந்துடறேன். சரி போன்ல சார்ஜ் இருக்கான்னு
பாருங்க. டேஷ் போர்டுக்கு கீழ ஒரு வயர் போயிட்டு இருக்கும். அதை
எடுத்து போனுக்கு கீழே சொருகுங்க."

"இங்கே ஏதோ சர்ச் மாதிரி இருக்குமா. ஆனா மூடி இருக்கு. 'சாப்-
பல் ஆஃப் குயின் மேரி'னு போட்டு இருக்குமா."

"சூப்பருங்க. அப்படியே பக்கத்துல வேற ஏதாவது வருதான்னு பார்த்-
துட்டே இருங்க. நான் அதுக்குள்ள இந்த சர்ச் எங்க இருக்குன்னு பாக்-
குறேன்"

சர்ச்சை தாண்டுனதுக்கு அப்புறம், அதே வறண்ட நிலம். கொஞ்ச
தூரத்தில் போனா ஒரு மலையில போய் ரோடு முடிஞ்சிடுச்சு. இரண்டு
பக்கமும் திரும்ப வழி இல்ல. வந்த வழியிலேயே ஓட்டுறது தான்,
திரும்ப ஒரே வழி.

"என்னம்மா ஏதாவது கண்டுபிடிச்சியா?"

"இல்லயேங்க" திரும்ப அழுகை அவள் குரலில் சேர்ந்து கொண்டது.

பயமும் கோபமும் ஜாஸ்தியாகி, கார் கண்ணாடியை ஓங்கி குத்தி-
னேன்.

"என்னம்மா நீ? இங்க ரோடு வேற முடிஞ்சு போச்சு. வேற எந்த
பக்கமும் வழி இல்ல. வந்த வழியிலேயே திருப்பி எவ்வளவு தூரம் ஓட்-
டுறது? பெட்ரோல் தாக்குப்பிடிக்குமானு வேற தெரியல"

"ஒன்னும் பிரச்சனை இல்லைங்க. நான் தேடிட்டே இருக்கேன். நீங்க
பேசாம வண்டிய ஆஃப் பண்ணிட்டு, வெயிட் பண்ணுங்க."

பெருமூச்சோட வண்டியில இருந்து சாவியை எடுத்தேன். திடீர்னு ஃபோன்ல வெளிச்சம் கம்மியாச்சு. 'பேட்டரி சேவர்' மோட் ஆன் ஆகி 13 பெர்சென்ட் தான் பேட்டரி மிச்சம்னு காட்டிச்சு. ஃபோனை ஆப்-ரேட் பண்ணும் ஞாபகங்கள் இப்ப கொஞ்சம் கொஞ்சமா திரும்பி வந்-துது.

என்ன பிரயோஜனம்? வீட்டு அட்ரஸை சேவ் பண்ணி வச்சிருந்த இடத்தில் இருந்து, எடுத்து நேவிகேட் பண்ண பார்த்தால், சுத்தமா இன்-டெர்நெட் இல்லை.

வெறுப்பின் உச்சத்தில மனசு மயான அமைதியாச்சு. அவகிட்ட நிலைமையை மேல சொல்லி டென்ஷன் படுத்த மனசு தோணலை. புலம்பல் கலந்த வேண்டுதலோட அவ பரிதவிப்பா தொடர்ந்து பேசிக்-கிட்டே இருக்க, அதை மேல கேட்க எனக்கு விருப்பம் இல்லாம போச்சு.

இன்னும் கொஞ்சம் நேரம் தான்!! ஃபோன் ஆஃப் ஆகி அவளோட குரலும் காணாம போக போகுது. கேஸ்ட் அவே படத்தில வாலிபாலோட தனியா பேசிட்டுருந்த டாம் ஹாங்க்ஸ் எல்லாம் ஞாபகத்துக்கு வந்தாரு. சும்மாவே வீட்ல எந்த வேலையும் எனக்கு செய்ய வராது. இதுல அப்ப அப்ப ஞாபகம் மறந்து போய், ம்ஹூம்!! என்னோட பாடி கூட என் குடும்பத்துக்கு கிடைக்கப் போறதில்லை.

ஏன் கடவுளே? ஏன்? ஏன் எனக்கு மட்டும் இப்படி ஒரு முடிவு?

"சாரே. குடிக்க தண்ணீ இருக்குமா?" ன்னு பக்கத்துல திடீர்னு ஒரு குரல். உடம்பெல்லாம் சிலிர்த்து திரும்பி பார்த்தேன்.

"எங்க யாருங்க அது பக்கத்துல?" போன்ல இருந்து மனைவி சத்-தமா கத்தினா.

மொபட் வண்டியில ஒரு பென்சி ஷாப்ப செட் பண்ணி வியாபாரம் பண்ற அவர்கிட்ட, அமைதியா என்னோட போன கொடுத்தேன்.

"ஹலோ. ஐயா!!! சாமி மாதிரி வந்து அவர காப்பாத்தி இருக்கீங்க. ரொம்ப ரொம்ப நன்றி." னு ஆரம்பிச்ச கலையரசி, ரொம்ப நேரம் பேசி-னதுக்கு எல்லாம் அந்த மனுஷன் தலைய ஆட்டிட்டே இருந்தாரு.

போன வச்ச அப்புறம், அவரோட கடை செட்டப்ப கழட்டி காருக்-குள்ள பத்திரமா வச்சுட்டு, என்ன பைக்ல ஏத்திக்கிட்டு கிளம்புனாரு.

கஷ்டப்பட்டு இன்னைக்கு என்ன நாள், கிழமை, எங்க இருந்து எங்க போயிட்டு இருந்தேன்னு யோசிச்சு ஞாபகப்படுத்த பார்த்தேன்.

மேல மேல யோசிக்க, சர்ச் கட்டிடம், பெட்ரோல் ரிசர்வ் ஆகி கார் போட்ட பீப் சத்தம், கண்ணு முன்னாடி பிரம்மாண்டமா தெரிஞ்ச அந்த மலைன்னு, திரும்பத் திரும்ப இந்த விஷயங்களே ஞாபகத்துக்கு வந்தது.

எவ்வளவு நேரம் மொபட் ஓடுச்சுன்னு தெரியல. அந்த வீட்டு வாச லுக்கு வந்து, கலையரசி ஓடிவந்து என்ன கட்டிப்புடிச்சு அழுததுக்கு அப்புறம் தான், அந்த வீட்டைப் பத்திய ஞாபகங்கள் கொஞ்சம் கொஞ்சமா திரும்ப வர ஆரம்பிச்சு, மறந்து போன வீட்டு அட்ரஸ் இப்ப தெளிவா ஞாபகத்துக்கு வந்தது.

பென்சி கடைக்காரரை, உள்ள கூட்டிட்டு போய் பயங்கரமா கவனிச்ச கலையரசி. திரும்பத் திரும்ப நன்றி சொல்லிட்டே இருந்தா.

நான் தன்னிச்சையா ஹால்ல பெருசா தொங்க விட்டிருந்த அந்த போட்டோ பிரேமுக்கு முன்னாடி போய் நின்னேன். கோட் சூட் எல்லாம் மாட்டிட்டு இருந்த அந்த 30 வயசு கப்புலோட போட்டோவ பார்த்து யாருன்னு யோசிக்க ஆரம்பிச்சேன்.

பின்னாடி வந்த கலையரசி "தேவா'க்கு ஃபோன் பண்ணி சொல் லிட்டேங்க. டிமன்ஷியா'னு தெரிஞ்சதுக்கப்புறம், எதுக்கு வீட்டை விட்டு தனியா வெளியே அனுப்புறேன்னு எனக்குத்தான் பயங்கர திட்டு,"

நான் திரும்பவும் போட்டோவ பாத்துட்டே, "தேவா?"........னு அவள கேள்விக்குறியோட பார்த்தேன்.

"தேவா, நம்ம பையங்க. அவனையுமா மறந்துட்டீங்க?"

அந்த போட்டோவ பாத்துட்டே, அதிர்ச்சியோட கண்ண மூடுனேன். சர்' ருன்னு திரும்ப மூளை வரைக்கும், கரண்ட் ஷாக் அடிச்ச மாதிரி ஒரு உணர்வு,

∽

"என்னங்க என்னங்க" மறுபடியும் கலையரசியோட குரல், கண்ண திறந்து பார்த்தா, அவ என் தோளைப் பிடிச்சு உலுக்கிட்டே இருந்தா.

"ஏம்பா. அந்த கொய்யா மரத்தை வெறிக்க பாத்துட்டே இருந்தே?"

"நல்ல வேளை. கண்ணை அந்த மரத்தை விட்டு எடுத்தீங்களே. வெறிக்க பாத்துட்டு, அசைவே இல்லாம இருந்த உங்கள பார்த்த உடனே நான் பயந்தே போயிட்டேன். சரி வாங்க போகலாம்"

காரை நோக்கி நடந்துட்டே "ஆமா தேவா. இது எந்த வருஷம்?"

சைடுல திரும்பி என்னை வினோதமா பார்த்த அவன்,

"என்னப்பா ஆச்சு உனக்கு? 2022 பா!"

"இல்ல தேவா. உன்னை சீனியர் சாம்பியன்ஷிப்ல எந்த வருஷம் கலந்துக்க விடுவாங்கன்னு கால்குலேட் பண்றதுக்காக கேட்டேன்."

அவன் இன்னும் என்ன வினோதமா பாத்துக்கிட்டே காரோட பின்னாடி சீட்ல ஏறுனான்.

நல்ல வேலை!! அவனும் என் கூட டைம் ட்ராவல் பண்ணி வந்து இந்த அதிர்ச்சியான விஷயத்தை தெரிஞ்சுக்கல.

யோசிச்சுட்டே காரை ஸ்டார்ட் பண்ணேன்.

ஆமா. இது நிஜமாவே டைம் ட்ராவல் தானா?

உடனே பளிச்சுன்னு அந்த பெரியவரோட வாய்ஸ் கேட்டது,

"ஏன்னா. எதையும் மாத்த முடியாது. வேடிக்கை மட்டும் வேணும்னா பாக்கலாம். என்ன வரிங்களா?"

அப்படின்னா? நான் பிரசண்ட்ல என்ன பண்ணாலும், பியூச்சர்ல வரப்போற டிமன்சியாவ தடுக்க முடியாது. ஓ மை காட். எந்த வருஷம்னு தெரியலையே. நான் சேர்த்து வச்ச எல்லா ஞாபகங்களும் கூடிய சீக்கரமே அழியப் போகுதா?

என்னோட ஞாபக சக்தி, என்னோட அணுக்கள்'ல இருந்து உருவான தேவாவோட ஞாபக சக்தி, இது எல்லாத்தையும் பத்தி எல்லார்கிட்டயும் கர்வமா பேசிட்டு இருந்தேனே. அது எல்லாமே அவ்வளவு தானா?

இந்த ஞாபக சக்தி'ன்ற ஒரு விஷயம் இல்லனா, நான்'னு ஒரு ஆளே இல்லையே. இந்த ஞாபக சக்தியை வச்சு, எனக்கும் சரி மத்தவங்களுக்கும் சரி எவ்வளவு விஷயம் பண்றேன். இது இல்லாத ஒரு வாழ்க்கையை எப்படி? என்னால நெனச்சு கூட பாக்க முடியலையே!!

யோசிச்சிட்டு இருக்கிற உண்மையோட ஆதிக்கம், என்ன கழுத்துல மேல மேல நெருக்க, காரை கண்ட்ரோல் பண்ண முடியாம, பக்கத்துல இருந்த பிளாட்பார்ம் சைடுல இடிச்சு காரை நிறுத்தினேன்.

"அப்பா" ன்னு அலறுனான் தேவா.

கலையரசி "இறங்கி பின்னாடி சீட்டுக்கு வாங்க முதல்ல. நான் ஓட்டுறேன். என்னமோ சரியா இல்ல. மரியாதையா ரெண்டு நாள் லேப்டாப்பை எல்லாம் ஆஃப் பண்ணி வச்சுட்டு ரெஸ்ட் எடுங்க"

பின்னாடி சீட்டுக்கு வந்த உடனே, கை தன்னிச்சையா போனை எடுத்துச்சு. என்ன பாக்கணும்? எதுக்கு ஃபோன் எடுத்தேன்னு தெரியல?

ரேண்டமா மெசேஜ், ஈமெயில் வாட்ஸ்அப்'னு ஒவ்வொண்ணையும் ஓபன் பண்ணி க்லோஸ் பண்ணிட்டு, அடுத்து என்ன பண்றதுன்னு தெரியாம ஏர்லைன்ஸ் வெப்சைட்டுக்கு போனேன். ஃபர்ஸ்ட் கிளாஸ் டிக்கெட்டை கன்ஃபார்ம் பண்ணிட்டாளான்னு பார்க்க தோணுச்சு. ஏதாவது பண்ணி மைண்ட டிஸ்ட்ராக் பண்ணனும்'ல.

"அப்பா. அம்மா சொன்னது தான் நானும் சொல்றேன். எல்லாத்தை-யும் ஆஃப் பண்ணிட்டு கொஞ்சம் ரெஸ்ட் எடுங்க. நீங்க லேப்டாப்பை எடுக்கலைன்னா, பூமி சுத்துறது ஒண்ணும் நின்னுட போறது இல்ல,"

கண் மூடி சாஞ்சேன். திரும்பவும் பெரியவரோட சிரிச்ச முகம் தான் ஞாபகம் வந்தது.

"அங்க வந்தா, உலகத்தையே புரட்டி போடறேன். எல்லாத்தையும் மாத்தி காட்டுறேன்'னு சொல்ல மாட்டிங்க இல்ல?"

பளீர்னு முகத்தில அறைஞ்சா மாதிரி இருந்துச்சு.

இன்னும் எவ்வளவு நாளைக்கு இந்த ஞாபக சக்தி'ன்ற பவர் என்-கிட்ட இருக்கப் போகுதுன்னு தெரியல. இருக்கிற வரைக்கும், அத மத்தவங்களுக்கும் யூஸ்ஃபுல்லா ஆக்கறது எப்படின்னு நாளையிலிருந்து பார்க்கணும், மத்தவங்களுக்கும் சொல்லிக் கொடுக்கணும்,

தேவா இயல்பாவே நல்லவனா தான் இருக்கான். அவனுக்குள்ள தன்னைப் பத்திய இந்த கர்வம் வரதுக்கு நான் தான் முக்கியமான கார-ணம். அதையும் வேரோட புடுங்கணும்.

எல்லாத்துக்கும் மேல, என்னோட மூளைக்கு மறதி'ன்ற விஷயம் நார்மல்னு புரிய வைக்கணும். மத்தவங்க ஒரு விஷயத்தை மறக்கும் போதும், அவங்களுக்கு நம்மோட ஞாபக சக்தியை வச்சு எப்படி உபயோகமா இருக்கிறது'ன்னு பார்க்கணும். நம்மளையும் மீறி ஒரு விஷ-யத்தை நம்ம மறக்கும் போது, என்ன பெருசா ஆகிட போகுது? லைஃப் வில் ஸ்டில் கோ ஆன். ரைட்?

மனசு கொஞ்சம் கொஞ்சமா தெளிவாக, கார் ஓடுற சின்ன தாலாட்-டுல, நாளைக்கு வரப்போற நல்ல நாளை யோசிச்சுக்கிட்டே தூங்கிப் போனேன்.

5

ஆக்கிரமிப்பு

கண்மணிக்கு சந்தோஷம் தாங்க முடியவில்லை. அவளை பார்க்கும் போதே முகம் முழுக்க பூரிப்பாக தெரிந்தது.

'வாடகை வீட்டிலேயே வாழ்ந்து கெட்டவளுக்கு, இன்னைக்கு வீட்-டோட எஜமானியம்மா என்கிற அந்தஸ்து!! கால் தரையில் நிற்குமா என்ன?'

இப்படித்தான் எங்க வீட்டு கிரகப்பிரவேசத்திற்கு வந்த பாதிப்பேர் நினைச்சிருப்பாங்க.

ஆனா, ஊருக்கு வெளியே, இந்த அரை கிரவுண்ட் நிலத்தை வாங்கி வீடு கட்டுறதுக்குள்ள அவ பட்ட கஷ்டம் எல்லாம் எனக்கு மட்-டும்தான் தெரியும்.

சுண்ணாம்பு கூட பூசாம இருந்த வீட்டு சுவர்ல, அப்படியே தடவி, சாஞ்சு நின்னு அது கூட எல்லாம் பேசிட்டு இருந்திருக்கா.

ரெண்டு வருஷம் முன்னாடி தான் எனக்கு ஆபீஸ்ல ஹோம் லோன் வாங்கற தகுதி வந்தது. சிட்டி'குள்ள ஏதாவது ஒரு பிளாட் வாங்கி டக்-குனு குடி போயிடலாம்னு தான் நான் பார்த்தேன். தீர்மானமா நிலம் வாங்கி தான் வீடு கட்டணும்னு அவதான் சொன்னா. அது எவ்வ-ளவு கஷ்டமான வேலைன்னு என்னோட நண்பர்கள் சொன்னப்ப கூட எனக்கு புரியல. எங்க பட்ஜெட்டில செட் ஆகக்கூடிய நிலத்த அவ தேடி அலைந்தது கொஞ்ச நஞ்சமா? ஞாயிற்றுக்கிழமைகள்ள வீடிய காலை-யில கிளம்பிடுவா. நைட்டு பசங்க தூங்கின பிறகு தான் திரும்பி வருவா.

ஓரளவுக்கு இடம் கன்ஃபார்ம் ஆகுற வரைக்கும், அவ மட்டும் தேடுறதுன்னு முடிவு பண்ணி இருந்தோம். எல்லாம் ஓகே ஆயிடுச்-சுன்னு, நானும் குழந்தைகளும் கூட சேர்ந்து போனப்பதான் புரிஞ்சது, இந்த நிலம் தேடுற முயற்சியில அதுதான் ஆரம்பம்னு!!

இடத்தோட மதிப்ப செக் பண்றதுக்காக சும்மாவாவது அலையவிட்ட கூட்டம், ரேட்டை மாத்தி மாத்தி சொல்லி குழப்புற புரோக்கர்கள், இதெல்லாம் தாண்டி எல்லாம் சரியா இருக்கிற ஒரு இடத்தை ஹோம் லோன்'காக இழுத்தடிக்குற வங்கிகள்/சர்வேயர் ஆசாமி-கள்னு...ஸப்பா...இப்ப நினைச்சாலும் பெருமூச்சு மட்டுமே பதிலா வருது. ரெஜிஸ்டர் ஆபீஸ் வரைக்கும் போய், வெறுங்கையோடு திரும்பி வந்த நாளெல்லாம் நினைச்சுப் பார்த்தா....பொது இடத்துல அழ முடியாம, வீட்ல வந்து அன்னிக்கு ராத்திரி பூரா அழுத கண்மணியோட வேதனை தான் ஞாபகம் வருது.

இதுக்கு நடுவுல சோதனையா, அப்பார்ட்மெண்ட் எல்லாம் சிட்டிக்கு உள்ளேயே ஆஃபர்'ல வேற வந்து என்னை வெறுப்பேத்தும். ஆனா தீர்-மானமா இருக்கிற அவளை எனக்கு டிஸ்டர்ப் பண்ணுவும் தோணல, குழப்பவும் விருப்பமில்லை. ஆஞ்சு ஒஞ்சு வந்து அவளே அப்பார்ட்-மெண்ட் பார்க்கலாம்னு சொன்னா பார்த்துக்கலாம்னு விட்டுட்டேன்.

ஆனா எல்லாரோட எண்ணத்தையும் பொய்யாக்கி பஞ்சாயத்து போர்டு அப்ரூவலோட, இந்த வீட்டை கடைசியா கட்டி முடிச்சுட்டா!!

அவளுக்கு கிடைச்ச அனுபவங்களை வெச்சு ஒரு பெரிய கதையே எழுதலாம். ஏன்? அவ சந்திச்ச பிரச்சினைகள் வீடு பார்க்கிற எல்லா-ருக்கும் தானே வரும்? இதையே ஒரு பிசினஸா எடுத்து அவ ரியல் எஸ்டேட்டில் கூட புகுந்து விளையாடலாம். அதுல இருக்கிற நுணுக்-கங்களையும் விவரங்களையும் அவ்வளவு ஆராய்ச்சி பண்ணியிருக்கிறா.

கிரகப்பிரவேசம் நல்லபடியா முடிஞ்சு, ஒருவழியா எல்லா விருந்தா-ளிகளும் சாப்பிட்டு முடிச்சு கிளம்புறதுக்கு சாயந்திரம் ஆயிடுச்சு. பசங்க ரெண்டுபேரையும் எப்படியோ சமாதானம் பண்ணி, பக்கத்து வீட்டு சரோ-ஜாவோட அனுப்பி வச்சிட்டு, நைட்டு படுக்க ரெடி ஆனோம். பக்கத்-துல டிக்கடை மாதிரி கூட எதுவும் இல்லை. இரண்டு கிலோ மீட்டர் தள்ளி இருக்கிற கடையில இருந்து இட்லி வாங்கிட்டு வந்து சாப்பிட்டு படுத்தோம்.

"பசங்க நம்ம ரெண்டு பேரும் இல்லாம எப்படி கஷ்டப்படுறாங்களோ! அதுவும் சின்னவ, கண்டிப்பா நாம இல்லாம தூங்கவே மாட்டா. அழுது அழுது சாப்பிட்டாலான்னு கூட தெரியல. இந்த ஏரியால போன்ல வேற சிக்னல் கிடைக்க மாட்டேங்குது."

"கிரகப்பிரவேசம் பண்ணா, அன்னைக்கு ராத்திரி நம்ம தங்கினா தான் வீட்டுக்கு நல்லது. நம்மோட சேர்ந்து பசங்களும் ஏன் ஃபேன் கூட இல்லாம இங்க புழுங்கி கஷ்டப்படணும்'ங்க? இன்னைக்கு ஒரு-நாள் தானே! இன்னும் ரெண்டு மூணு நாள்ல நம்ம தான் ஃபுல்லா ஷிஃப்ட் பண்ணிட போறோமே. அதுக்கப்புறம் எல்லாரும் ஒண்ணா தானே இருக்கப் போறோம்."

"அதெல்லாம் சரிதான் மா. பசங்க ஏற்கனவே அவங்க ஸ்கூல மாத்-தறோம், பிரெண்ட்ஸ் எல்லாம் இனிமே பார்க்கவே முடியாதுன்னு ரொம்ப டல்லா இருந்தாங்க. அதனால தான் சொன்னேன்."

"ஸ்கூல்'னு சொன்ன உடனே தான் ஞாபகம் வருதுங்க. நீங்க ஆபீஸ்க்கு டெய்லி எப்படி போறதுன்னு விசாரிச்சுட்டிங்களா?"

"ம்.... வண்டியை எடுத்துட்டு போய் ஸ்டேஷன்ல போட்டுட்டு, ட்ரெயின்ல நுங்கம்பாக்கம் போயிட்டா, அங்க இருந்து ஷேர் ஆட்டோ புடிச்சு போக வேண்டியதுதான்."

"ரொம்ப தூரம் ஆயிடுச்சுல்ல உங்க ஆபீஸ்க்கு! எப்படியும் ட்ரா-வெல்லிங் டைமே நாலு மணி நேரத்துக்கு மேல ஆயிடும்ல. நைட் லேட்டா வந்தா வேற, ஸ்டேஷன்ல இருந்து வீடு வரைக்கும் இருட்டுல வண்டி ஓட்டிட்டு வரதே பயங்கர கஷ்டமில்ல? காடு மாதிரி இருக்கு இந்த இடம்."

"அது பரவாயில்லைமா. ஒரு காலத்துல ஃபுல்லா பாரஸ்ட் ஏரியா தானே இதெல்லாம். நம்ம பஸ் ஸ்டாண்டை ஒட்டி பின்பக்கம் நீட்டா ஒரு வேலி போகுதே. அது இன்னும் பாரஸ்ட் ஏரியா தான்னு நினைக்-கிறேன். ஏரியா டெவலப் ஆக இன்னும் சில வருஷங்களாவது ஆகும். நான் வீடு வர்ற வரைக்கும், உங்களை தன்னந்தனியா இந்த இடத்-துல விட்டுட்டு போறோம்னு தான் எனக்கு தினமும் கவலையாக இருக்-கும். கடை ஸ்கூல் எல்லாமே ரொம்ப தூரமா தான் இருக்கு. கூப்பிடுற தூரத்தில இந்த இரண்டு வீடு தான் இருக்கு. நீ வேணும்னா உங்க அப்பா அம்மாவை கொஞ்ச நாளைக்கு நம்ம கூட வந்து தங்க சொல்-றியா?"

"அதெல்லாம் வேணாங்க. சரியா வராது. நம்ம சுத்தி இருக்கிற எல்லா இடமும் பிளாட்டா வித்துப் போயிடுச்சு. எல்லாரும், யாராவது குடி வந்தா நம்மளும் வரலாம்னு வெயிட் பண்ணிட்டு இருக்காங்க. அந்த நூத்தி ஏழாம் நம்பர் பிளாட்காரர் கூட போன வாரம் வந்து ஏதோ அளந்து, நோட் பண்ணிக்கிட்டு போனாருன்னு நம்ம மேஸ்திரி சொன்-னாரு. நம்ம வீட்ல தண்ணி எப்படி இருக்கு? எவ்வளவு ஆழத்தில் வருதுன்னு எல்லாம் கேட்டுட்டு போய் இருக்காரு போல, வீடு கட்டி மனுஷங்க வந்துட்டாலே, தானா கடை ஸ்கூல் எல்லாம் பக்கத்திலேயே வந்துரும். மக்களை நம்பி தானே எல்லா பிசினசும் நடக்குது"

"எல்லாம் நடக்கும் தான். ஆனா எப்ப? அதை கண்டிப்பா யாராலு-யும் உறுதியா சொல்ல முடியாது. அதுவரைக்கும் என்ன நினைச்சு நீயும் உன்னை நினைச்சு நானும் ஒவ்வொரு நாளும் கவலைப்பட்டுக்கிட்டே காலத்தை ஓட்ட வேண்டியது தான்."

கண்மணியின் அமைதி, அவளை ஒரு தர்மசங்கடமான கேள்வியில் அழுத்தி விட்டேன் என்று புரிய வைத்தது.

"அது சரி கண்மணி. இதெல்லாம் எனக்கு முன்னாடி, நீயே யோசிச்சு இருப்பேன்னு எனக்கு ரொம்ப நல்லா தெரியும். அதனால இது எல்லாத்தையும் தாண்டி, இங்கேதான் நம்மளோட மீதி வாழ்க்கைனு நீ எப்படி முடிவு பண்ணே?"

இந்த கேள்வி அவளை கொஞ்சம் உற்சாகப்படுத்தியது. வரவழைத்-துக் கொண்ட தெம்புடன்,

"எவ்வளவு ராத்திரியில வந்தாலும், நமக்கே நமக்கான வீடு, அதுல படுத்து தூங்குற சுகம் தனி தாங்க. சொந்த பிளாட்டில இருந்தாலும் அந்த சுகம் வராது. தண்ணீயா இருந்தாலும், ஒரு பூத்தொட்டி வைக்-கிறதா இருந்தாலும் நம்ம திரும்பவும் வேற ஒருத்தரோட உத்தரவுக்கு வெயிட் பண்ற மாதிரியே இருக்கும். அதுவுமில்லாம ஏறிட்டு இருக்கிற விலைவாசிக்கு, நமக்கு தேவையான காய்கறிகளை நாமளே வளர்த்து, அறுவடை பண்றது'ன்றது இங்க மட்டும் தான்'ங்க முடியும். அதுதான் நம்ம குழந்தைகள் உடல் ஆரோக்கியத்திற்கு முக்கியமும் கூட" என்று முடித்த அவளைப் பார்த்து ஆச்சரியம் ஆனேன்.

என்ன ஒரு தெளிவான சிந்தனை, தீர்க்கமான முடிவு!

"நான் ஒண்ணு சொல்றேன், கேட்டுக்கோ கண்மணி. வாழ்க்கையில இனிமே,. எப்பவும், யாருக்காகவும் ஏன், அது நானா இருந்தா கூட,

நீ எடுக்கிற முடிவுல இருந்து பின்வாங்காத. நீ எடுக்கிற முடிவுகளும், அதை தன்னம்பிக்கையோடு செயல்படுத்துற விதமும், உன்னை எப்பவுமே தானா வழிநடத்தும்."

அவளோட உள்மனது யோசிச்சதை, நான் அப்படியே சொன்னதால அவ முகத்துல ஒரு தெளிவான சந்தோஷம் வந்துச்சு. அவ மேலேயே அவளுக்கு பெருமைய தோண ஆரம்பிச்சது. அதை கொடுத்த சந்தோஷத்தை அசை போட்டுக்கிட்டே நானும் தூங்கிப் போனேன்.

நான்கு நாட்கள் கழித்து சாமான் செட்டுகளோடு வந்து வீட்டில் குடியேறினோம். நாட்கள் உருண்டோடின. ராத்திரி ஒரு சில நாய்களின் பிரச்சினையைத் தவிர, ஆபீஸ் போயிட்டு வர்றது எனக்கு அந்த அளவுக்கு டயர்டா தெரியல. ட்ரெயின்ல தூங்க இடமும், கொஞ்ச நேரமும் ரெகுலரா கிடைச்சது. இன்ப அதிர்ச்சியா, ஆபீஸ்ல எல்லாருக்கும் சனிக்கிழமை லீவு அறிவிச்சாங்க. அந்த மாதிரியான ஒரு இயற்கை சூழ்நிலையில குடும்பத்தோடு சனி ஞாயிறு இரண்டு நாளும் கழிக்க, நேரம் போறதே தெரியறது இல்லை.

மாடி தோட்டம் சம்பந்தப்பட்ட வேலைகளை செய்ய, எங்க எல்லாருக்குமே ரொம்ப புடிச்சிருந்தது. தோட்டத்துல கொஞ்ச கொஞ்சமா காய்கள் அறுவடை பண்ண ஆரம்பிச்சு, கொஞ்சம் கொஞ்சமா எங்க வீட்டை சுத்தி மற்ற வீடுகளும் முளைக்க ஆரம்பிச்சது. எங்க தெருவிலேயே நாலு வீடும், அதுல ஒண்ணு எங்களுக்கு பக்கத்து வீடாகவும் அமைஞ்சதுன்னு, நாங்க நினைச்சத விடவே அந்த ஏரியா சீக்கிரமா டெவலப் ஆகிறத பார்த்து நாங்க ரெண்டு பேரும் ரொம்ப சந்தோஷப் பட்டோம்.

பக்கத்து வீட்டுப் பெண் சம வயதுடைய, தன் எண்ணங்களைப் பரிமாறிக் கொள்ளும் தோழியாக அமைந்ததில் கண்மணிக்கு இன்னமும் சந்தோஷம். நட்பு உதவியாக அவள் (திவ்யா), கண்மணியின் பிள்ளைகளை தானே பள்ளிக்கு ஸ்கூட்டியில் கூட்டிச் சென்று, திரும்ப கொண்டுவர ஆரம்பித்துவிட்டாள்

இன்று காலை பசங்களை வழியனுப்பி விட்டு மொட்டை மாடியில் ஈரத் துணிகளை காய வைத்துக்கொண்டிருந்த கண்மணி ரோட்டைப் பார்த்து, ஆச்சரியத்துடன் கீழே இறங்கி வந்தாள். ஸ்கூட்டியில் இருந்து குதித்து இறங்கிய குழந்தைகள் "அம்மா இன்னிக்கு ஸ்கூல்ல லீவு" என்று கத்திக்கொண்டே வீட்டிற்குள் ஓடினர்.

கண்மணி 'ஏன்' என்ற கேள்வியுடன் திவ்யாவை பார்த்தாள்.

"நமக்கு பக்கத்து ஊர்ல ஏதோ சிறுத்தை நடமாட்டம் இருக்கிறதா ஃபாரஸ்ட் டிபார்ட்மென்ட்க்கு மெஸேஜ் போயிருக்கு. அதனால நம்ம ஏரியாவுல ஸ்கூல், காலேஜ் எல்லாத்துக்கும் லீவு அறிவிச்சிட்டாங்க. நார்த்துல இந்த மாதிரி காட்டிலிருந்து வந்த ஒரு புலி, ஒரு ஸ்கூல்ல புகுந்து அட்டகாசம் பண்ணி வீடியோ பயங்கர டிரெண்டாச்சே, நீங்க பாக்கலையா?' என்றாள்.

"இவங்களுக்கு ஸ்கூல் லீவு விடுறதுக்கு எங்கிருந்து தான் இந்த காரணம் எல்லாம் கிடைக்குதோ? இப்பதான் மழை வெள்ளம்னு ஒரு மாசம் பூரா ஸ்கூலு சரியாவே நடக்கல. இப்படியே போனா இந்த வருஷம் எக்ஸாமுல ஒண்ணும் தேராது போல.'

"என்னக்கா நீங்க? லீவு விட்டிருக்காங்க. பசங்களோட ஜாலியா இருப்பியா! ஏன் இப்படி பொலம்புற?"

"ஜாலியா? லீவு நாள்ல அவரு இல்லைன்னா என்னை ஒரு வழி ஆக்கிடுவாங்க இவங்க. எந்த வேலையும் நடக்காது" என்பதற்குள் உள்ளே சின்னவளின் அழுகைக் குரல் கேட்டது. பெருமூச்சு விட்டு- விட்டு, உள்ளே போனாள்.

குழந்தைகளை சமாதானப்படுத்தி ரெண்டு பேருக்கும் பொம்மைகள் பஞ்சாயத்து பண்ணி ஒருவழியாக ரெண்டு பேரும் தனித்தனியே விளை- யாட ஏற்பாடு பண்ணினாள். டிபன்பாக்ஸ் சாப்பாடு வேண்டாம் என்று சூடாக சப்பாத்தி பண்ணி ஊட்டிவிட்டாள். சாயந்திரம் இருவரையும் பக்- கத்து கோவில் வரை கூட்டிச்சென்று, திவ்யா வீட்டில் விளையாடிவிட்டு வந்ததில் நன்றாக இருட்டிவிட்டது. சின்னவள், அங்கேயே தூங்கி விட்- டதால், தூக்கிக் கொண்டு வந்து நேரடியாக கட்டிலில் போட்டாள்..

பெரியவளுக்கு பல் விளக்கி, படுக்க வைத்து விட்டு ஹாலில் வந்து கணவருக்கு கால் செய்தாள். ரிங் போய்க் கட் ஆனது. அது சரி. ஏதா- வது லேட் ஆகுதுன்னா, இந்நேரம் அவரே போன் பண்ணி இருப்பார். அனேகமா வழியில் வந்து கொண்டிருப்பார் என்று யோசித்துக்கொண்டே டிவியை ஆன் பண்ணி உட்கார்ந்தாள். அயர்ச்சியில் அவளுக்கே தெரி- யாமல், ஹால் சோபாவில் அப்படியே தூங்கிப் போனாள்.

தூக்கம் கலைந்து எழுந்தபோது மணி ஐந்தரை என்று வால் கிளாக் காட்டியது. கூந்தலை முடிந்து கொண்டு வெளியே கிடந்த பால் பாக்- கெட்டை எடுத்து சுட வைக்கும் போது தான் பகீரென்று கணவன் ஞாப-

கம் வந்தது. பூட்டிய கதவை நான் தானே திறந்தேன்! இப்போது இதயம் தடதடக்க வேகமாக பெட்ரூமை திறந்து பார்த்தால் குழந்தைகள் மட்டுமே அஷ்ட கோணலில் தூங்கிக்கொண்டிருந்தார்கள். போனை எடுத்து அவருக்கு டயல் செய்தால், இப்போது சுவிட்ச் ஆப் என்று மெஸேஜ் சொன்னது. ஆபீஸ் நம்பருக்கு கால் செய்தால் பதில் இல்லை. கணவரின் நண்பர் நம்பரை டயல் செய்தாள். அங்கும் பதில் இல்லை.

ஏதோ தப்பாக பட்டது. ஸ்டவ்வை அணைத்து விட்டு போய் திவ்யாவின் வீட்டு கதவை தட்டினாள். பதட்டத்துடன் விஷயத்தை சொன்னதும், உள்ளே சென்று தன் கணவனை எழுப்பி வந்தாள் அவள். பத்து நிமிடத்தில் திவ்யாவை குழந்தைகளுக்கு காவலாக வைத்து விட்டு திவ்யாவின் கணவருடன் ஆபிஸிற்கு விசாரிக்கக் கிளம்பினாள் கண்மணி. வழியிலேயே ஆபீஸ் நண்பரிடமிருந்து கால்.

'அவர் நேற்று சாயங்காலம் ஆறுமணிக்கே கிளம்பிட்டாரு மா' என்றதும் மீண்டும் வயிற்றில் பகீரென்றது. மயக்கம் வருவது போலிருந்தது.

எல்லா அசம்பாவித சம்பவங்களும் ஞாபகத்துக்கு வர, பயம் மேலும் மேலும் அதிகரித்தது. எல்லா கடவுள்களையும் வேண்டிக்கொண்டு, தன்னிச்சையாக கண்ணை மூடினாள். "ஆண்டவா. நானோ அவரோ ஏதாவது தப்பு பண்ணி இருந்தா, தயவு செஞ்சு மன்னிச்சி காப்பாத்துங்க. அவரை தண்டிச்சு, எங்க வாழ்க்கையை சிதைச்சிராதீங்க ப்ளீஸ்" என்று கண்களை மூடிக்கொண்டு யோசித்தவள், பைக்கில் இருந்து தடுமாறி கீழே விழப்போனாள்.

வண்டியை ஒருவழியாக சமாளித்து நிறுத்திய திவ்யாவின் கணவர், இரண்டு பேரும் கீழே விழாமல் சமாளித்தார். கண்மணியை நிதானப்படுத்தி, தண்ணீரை குடிக்க வைத்து தெளிவுபடுத்தி, பின்பு பக்கத்திலுள்ள போலீஸ் ஸ்டேஷனுக்கு கூட்டிப் போனார்.

அவ்வளவு அதிகாலையிலேயே போலீஸ் ஸ்டேஷன் பரபரப்பாக இருந்தது. ரைட்டரிடம் உட்கார்ந்து விவரம் சொல்ல ஆரம்பித்தனர் இருவரும்,

கண்மணியின் கணவரின் வண்டி நம்பரை சொன்னதும், ரைட்டர் சடக்கென்று நிமிர்ந்தார்.

திவ்யாவின் கணவரை தனியாக அழைத்துச் சென்று ஏதோ சொன்னதற்கு அவர் முகத்தில் பேரதிர்ச்சி காட்டினார்.

"ஐயோ ஆண்டவா. என்ன சோதனை இது? இவர்களின் அதிர்ச்சிக்கும், என் கணவருக்கும் எந்த சம்பந்தமும் இருக்கக்கூடாது ஆண்டவா" என்று வேண்டிக் கொண்டே எழுந்து நின்றாள் கண்மணி. அவளை கைத்தாங்கலாக பிடித்து நடக்க வைத்து, ஜீப்பில் சென்று ஏற்றினார்கள்.

புத்திக்கு எங்கே செல்கிறோம், எதற்காக என்று புரிந்தாலுமே, கண்மணியின் மனசு அதை நம்ப மறுத்து, கைகள் நடுங்க ஆரம்பித்து உடம்பெல்லாம் வியர்த்து, அதன் பிறகு நடந்தவை எல்லாம் தன்னச்சியாக, அவளுக்கு சம்பந்தமில்லாத வேறு யாருக்கோ நடப்பதை போல தான் உணர்ந்தாள்.

மார்ச்சுவரியில் இருந்ததை, 'கண்மணியின் கணவர் தான்' என திவ்யாவின் கணவர் தான் அடையாளம் காட்டினார். வீட்டிற்கு வரும் வழியில், சிறுத்தை கண்மணியின் கணவரை அடித்து கிழித்து நார் நார் ஆக்கிவிட்டது என்று போலீஸ் ரெக்கார்டு எழுதினார்கள். ஆண் வாரிசு இல்லாததால் கண்மணியின் மச்சினனிடம் தான் அந்த பொட்டலம் கொடுக்கப்பட்டது. அவன் தான் கொள்ளி வைத்து எல்லா சடங்குகளும் செய்தான்.

'இது எல்லாம் கனவு. சீக்கிரம் எழுந்திரு, எழுந்திரு என்று கண்மணியின் உள்மனம் சொல்லிக்கொண்டே இருந்தது. ஜீரணிக்க முடியாத பெரிய சோகம். கண்ணீர் வற்றிப் போய், இன்று என்ன நாள்? குழந்தைகள் எங்கே? சாப்பிட்டார்களா? மணி என்ன? அவருக்கு ஆபீசுக்கு டைம் ஆயிடுச்சு, இன்னும் எழுந்திருக்கவில்லை என்று திடீரென்று ரூமிற்கு ஓடுவதும், வெளியே வருவதும் என்று பைத்தியக்காரத்தனமாக வாழ்க்கை ஓடி ஒரு மாசம் ஆகிவிட்டது.

கொஞ்சம் தெளிந்து விட்டாள் என்று தெரிந்ததும், ஊரிலிருந்த எல்லோரும் கண்மணியை கலெக்டர் ஆபீசுக்கு கூட்டி சென்று பொறுப்பில்லாத ஃபாரஸ்ட் டிபார்ட்மென்ட் மீது நடவடிக்கை எடுக்க சொல்லி ஆர்ப்பாட்டம் செய்தனர். சம்பவம் நடந்து ஒரு மாதம் கழித்தும், அந்த சிறுத்தையை பிடிக்கவில்லை, மக்களின் உயிரைப் பற்றி அரசாங்கத்திற்கும் கவலை இல்லை என்று சாடி, போராட்டம் செய்ய ஆரம்பித்தனர்.

அரசாங்கத்திடம் இருந்து பிரஷர் அதிகமாகவே, ஃபாரஸ்ட் டிபார்ட்மென்ட் மக்களின் போராட்டத்திற்கு பதிலை டிவியில் பேட்டியாக கொடுத்தனர்.

"ஃபாரஸ்ட் டிபார்ட்மென்ட் வட்டாரத்தில, இவங்களுக்கு எல்லாம் யாரு வீடு கட்ட அனுமதி கொடுத்தாங்க? விலங்குகளுக்கு அதற்கான சுதந்திரம் எங்க இருக்கு? எல்லா பக்கமும் பர்மிஷன் வாங்காம இப்படி வீடுகளை கட்டி ஆக்கிரமித்துக் கொண்டே இருந்தால், அதுங்க பாவம் எங்க போகும்? புது இடத்தை, தேடி புது இறையைத் தேடி ஊருக்குள்ள தானே வந்து சேரும்."

இவனுங்களுக்கு மனுஷங்களோட அருமை தெரியல என்று ஃபா-ரஸ்ட் டிபார்ட்மென்ட் மேல் வெகுண்ட மக்கள், அந்த ஏரியாவில் ஃபே-மஸான 2 வேட்டை குரூப் களுக்கு பணம் கொடுத்து பொறிவைத்து அவர்களாகவே அந்த சிறுத்தையை பிடித்தனர். அதோடு மட்டுமல்லா-மல், அதைக் கொன்று பாரஸ்ட் டிபார்ட்மெண்ட் ஆபீஸ் எதிரிலேயே தொங்கவிட்டார்கள். அப்படி செஞ்சதால அவங்க எல்லாம் என்ன சாதிச்சாங்கன்னு தெரியல. யாருக்கு என்ன தீர்வு கிடைச்சுது, நீதி கிடைச்சுதான்னு ஒரு எழுவும் புரியல.

சிறுத்தைக்கு நடந்ததை எதிர்த்து இப்போது, சினிமா ஹீரோயின் ஜிகிதாவும், மிருகங்களை காப்பாற்றும் தொண்டு நிறுவனங்களும் குரல் கொடுக்க ஆரம்பிக்க, இது எல்லாத்தையும் சூழ்நிலையாக யூஸ் பண்ணி சில பேர் அரசியல் பண்ண ஆரம்பிக்க, இதை ஒரு டாப்பிக்காக பேசி 'யார் செய்தது தப்பு?" என்று பேசிப் பேசி எல்லா டிவி சேனல்களும் தங்களுடைய டிஆர்பி ரேட்டிங்கை ஏற்றிக்கொள்ள ஆரம்பித்தனர்.

"ஆனால், இவங்க யாருக்குமே உண்மையா பாதிக்கப்பட்-டவங்களோட வலியும் வேதனையும் புரியல.

நமக்குன்னு சொந்தமா வீடு வாங்கனும்னு நினைச்ச கண்மணி மேல தப்பா,

இல்ல அத ஊருக்கு வெளியில் எவ்வளவு தூரம் இருந்தாலும் பரவாயில்லைன்னு அட்ஜஸ்ட் பண்ணிகிட்ட அவளோட கணவனோட தப்பா?

மக்கள் வாழக்கூடிய இடம்னு இந்த இடத்தை முடிவு பண்ண அதிகாரியோடு தப்பா?

இல்ல மனித ஆக்கிரமிப்புகளை தாண்டி ஊருக்குள்ள வந்த அந்த சிறுத்தையை தப்பா?"

நியாயமா பார்த்தா பாதிக்கப்பட்ட கண்மணியின் குடும்பத்திற்கும் சரி, அந்த சிறுத்தையின் குடும்பத்திற்கும் இழப்பு ஒண்ணு தான்.

அதை புரிஞ்சுக்கிற மனநிலை, ஆறு அறிவு இருக்கிற மனுஷங்களுக்கு வந்தா தான் சக மனுஷனுக்கும் இங்கே வாழ்வதற்கான உரிமை முதல்ல புரியும். அது புரியாதவரை, இயற்கையை மீறி இயற்கையை சிதைத்து கொண்டிருக்கிற மனித இனம், தன்னையும் தன்னை சுற்றியுள்ள உலகத்துக்கும், பேரழிவை மட்டுமே அள்ளித் தர முடியும்.

6

ஒரு பக்க கதை

அகத்தேக்க நிரல்

மனதை தளரவிடாமல், அமுதன் அடுத்த வீட்டின் வாசலில் போய் நின்றான்.

வெளியே வந்த அந்த வீட்டின் அம்மா அவனை பரிதாபமாக பார்த்து விட்டு, செம்பில் தண்ணீரை கொடுத்தாள். ஒன்றும் பேசாமல் ஒரே மடக்கில் குடித்துவிட்டு, ஏக்கத்துடன் வீட்டிற்குள் எட்டிப் பார்த்தான்.

உள்ளே இரண்டு குழந்தைகள் ப்ளே ஸ்டேஷனில் கேம் விளையாடிக் கொண்டிருந்தார்கள். மீண்டும் அதே ஏக்கப்பார்வையுடன், செம்பை திரும்ப கொடுத்துவிட்டு, கையில் இருந்த நோட்டிஸையும் அவர்களிடம் கொடுத்தான்.

இல்லை, வேண்டாம் என்று சைகையில் சொன்ன அந்த அம்மா செம்பை மட்டும் வீட்டிற்குள் எடுத்துச் சென்று கதவை சாத்திக் கொண்டார்கள்.

காலை வீட்டிலிருந்து கிளம்பும் பொழுது மனைவி சொன்ன வாக்கியங்கள், ஏனோ அவனது நம்பிக்கையை கொஞ்சம் தளர வைத்தன.

"உங்களுக்கு பேச முடியாதுன்ற ஊனத்தை வச்சு மாமா இந்த லைப்ரரியன் வேலைய கடவுள் புண்ணியத்துல வாங்கி கொடுத்து இருக்காரு. வசதியா உக்காந்த இடத்துல இருந்து என்ட்ரி மட்டும் போட்டுக்

கிட்டு இந்த பிரான்ச் லைப்ரரியை உங்களால நடத்த முடியாதா? எதுக்கு பசங்கள எல்லாம் லைப்ரரிக்கு அனுப்ப சொல்லி, சொந்த காசுல நோட்-டீஸ் அடிச்சுட்டு, இந்த வேகாத வெயில்ல சோப்பு விக்கிறவன் மாதிரி தினமும் வீடு வீடா சுத்திட்டு இருக்கீங்களோ?"

சுட்டெரிக்கும் வெயிலை ஒரு முறை அண்ணாந்து பார்த்துவிட்டு, அடுத்த தெருவை நோக்கி நடக்க ஆரம்பித்த அமுதனின் கையிலிருந்த மொத்த நோட்டீஸ்களும் திடிரென்று அடித்த காற்றில் பறந்து எல்லா பக்கமும் சிதறின.

ஓடிப்போய் ஒவ்வொன்றாக பொறுக்க ஆரம்பித்தான் மதன். அருகே குப்பையை சுத்தம் பண்ணி பிளாஸ்டிக் பைகளில் போட்டுக் கொண்-டிருந்த ஆளும், பெண்மணியும் அமுதனை பரிதாபமாக பார்த்துவிட்டு, அவர்கள் பக்கம் பறந்து வந்த நோட்டீஸ்களை சேகரித்துக் கொண்டு வந்து அவனிடம் குடுத்தார்கள்.

திரும்பி நடந்து கொண்டே "யன்னா சார் நோட்டீஸ் இது? என்று அவன் கேட்டான்.

பதில் சொல்ல முடியாத அமுதன், மெலிதாக புன்னகைக்கவே,

"அது ஒன்னும் இல்ல நைனா. நம்ம ரேஷன் கடையாண்ட இருக்-கிற நூலகத்துக்கு வரச் சொல்லி சார் நோட்டீஸ் குடுத்துட்டு இருக்காரு"

என்று அமுதனின் பின்பக்கம் குரல் கேட்டது. அந்தப் பக்கமாக பறந்து போன ஒரு நோட்டிசை வைத்துக் கொண்டு ஒரு ஆறு வயது சிறுவன், கொஞ்சம் பழைய உடைகளுடன் தெரிந்தான்.

அவனை பார்த்ததும் அமுதனுக்கு முகம் முழுவதும் பூரிப்பு. கேள்வி கேட்ட அந்த 40 வயதுடைய ஆளை திரும்பி பார்த்தான். ஏதோ யோசனையாக, தூரமாக தெரிந்த அந்த பெண்மணியை நோக்கி குரல் கொடுத்தான் அவன்.

"ஏண்டி மங்கா. நம்ம வேலையை முடிக்கிற வரைக்கும் புள்ள வெயில்ல கரி ஆகுறதுக்கு, இனிமே லீவு நாள்ல பேசாம இவராண்ட உட்டுடலாமா?"

அமுதனின் முகத்தில் இருந்த புன்னகை இன்னும் பெரிதாக, உற்-சாகமாக அந்த சிறுவனை நோக்கி நடக்க ஆரம்பித்தான்.